શેર માર્કેટમાં ચંદુ કેવી રીતે કમાયો, ચિંકીએ કેવી રીતે ગુમાવ્યું

મારી વાત

લેખક એન.આઈ.એસ.એમ. પ્રમાણિત અનુસંધાન વિશ્લેષક અને સેબી (SEBI)માં નોંધણી કરાયેલા સંશોધન વિશ્લેષક છે. તેમની ટિપ્પણીઓ પોતાની સલાહની અભિવ્યક્તિ માત્ર છે અને તેને ક્યારેય કોઈ પણ પ્રકારના શૅરો, વિકલ્પો, ફ્યુચર, બોન્ડ, કોમોડિટી, ઈન્ડેક્સની લેવાલી-વેચવાલીની સંસ્તુતિ અથવા કોઈ પણ અન્ય પ્રકારના નાણાંકીય સાધનના અર્થોમાં લેવું જોઈએ નહીં. પોતાના કથનની વાસ્તવિકતા પર વિશ્વાસ થતાં તે હંમેશા પોતાના વિશ્વસનીય સ્રોતની વિશ્વસનીયતા પર અવલંબિત રહે છે.

બધી કંપનીઓનાં નામ (અરવિંદ લિ., કંટ્રી ક્લબ હોસ્પિટાલિટી ઍન્ડ હોલીડેઝ લિ., વિજયા બેંક વગેરે) સાથે સંબંધિત ધારકોના ટ્રેડમાર્ક કે રજિસ્ટર્ડ ટ્રેડમાર્ક છે. તેના ઉપયોગ કરવો કોઈ રીતે સંબદ્ધીકરણ કે પ્રચારને દર્શાવતું નથી.

ચંદુ અને ચિંકી મારા શૅર ટ્રેડિંગના એકમાત્ર ફૉર્મ્યુલાને વ્યવહારિક રીતે સમજાવનારા કાલ્પનિક પાત્ર છે. આ વાર્તા શીખવે છે કે કેવી રીતે ઈ.સ.૨૦૦૫માં આ બંનેએ એક જ શૅર (અરવિંદ મિલ્સ) માં ૧-૧ લાખ રૂપિયાનું રોકાણ કર્યું અને તેમાં ચિંકીએ ૨,૩૬,૭૯૦ રૂપિયા ગુમાવ્યા, પણ ચંદુએ ૨,૪૨,૦૦૭ રૂપિયા કમાવ્યા. આવું કેવી રીતે શક્ય બન્યું ?

આ પુસ્તક શૅરબજારમાં રોકાણ કરવાની તમારી સમગ્ર રણનીતિ બદલી નાખશે.

શેર માર્કેટમાં ચંદુ કેવી રીતે કમાયો, ચિંકીએ કેવી રીતે ગુમાવ્યું

મહેશ ચંદ્ર કૌશિક

ગુજરાતી ભાવાનુવાદ

કાશ્યપી મહા

મુખ્ય વિક્રેતા

નવભારત સાહિત્ય મંદિર

જૈન દેરાસર પાસે, ગાંધી રોડ, અમદાવાદ - ૩૮૦ ૦૦૧

☎ (૦૭૯) ૨૨૧૩૯૨૫૩, ૨૨૧૩૨૯૨૧

૯૮૨૫૦ ૩૨૩૪૦

e-mail : info@navbharatonline.com

www.navbharatonline.com

fb.com/NavbharatSahityaMandir

SHARE MARKETMAN CHANDU KEVI RITE KAMAYO,
CHINKIE KEVI RITE GUMAVYUN?
Originally written in Hindi by Mahesh Chandra Kaushik
Gujarati Traslation by Kashyapi Maha
Navbharat Sahitya Mandir, Ahmedabad
2024

ISBN : 978-93-86669-39-1

પહેલી આવૃત્તિ : મે, ૨૦૨૧
પુનર્મુદ્રણ : ઑગસ્ટ, ૨૦૨૪

પ્રકાશક
મહેન્દ્ર પી. શાહ
નવભારત સાહિત્ય મંદિર
જૈન દેરાસર પાસે, ગાંધી રોડ, અમદાવાદ-૩૮૦૦૦૧
ફોન : (૦૭૯) ૨૨૧૩૯૨૫૩, ૨૨૧૩૨૯૨૧
E-mail : info@navbharatonline.com
Web : www.navbharatonline.com
fb.com/NavbharatSahityaMandir

Printed and bound at Repro India Ltd.

પ્રસ્તાવના

સમ્માનિત વાચકો, મોટા ભાગના નાના રોકાણકાર કોઈ આદર્શ ટ્રેડિંગ પ્રણાલી કે 'શૅરબજારના રામબાણ'ની શોધમાં રહે છે.

આ પુસ્તકમાં મેં મારી તે ગુપ્ત ટ્રેડિંગ પ્રણાલી જણાવી છે, જે મારા માટે રામબાણ સમાન છે. આ પ્રણાલી મને દરેક વાત સ્પષ્ટ રીતે જણાવી દે છે કે વધારેમાં વધારે ફાયદો મેળવવા માટે મારે ક્યારે શૅર ખરીદવા અને ક્યારે વેચવાના છે.

આ શૅરબજારમાં રોકાણ સંબંધિત મારું બીજું પુસ્તક છે. મારા પહેલા પુસ્તક 'શૅર માર્કેટમેં જીત કે સિદ્ધાંત'માં મેં શૅરબજારમાં રોકાણ સંબંધિત મારા મૂળ સિદ્ધાંત જણાવ્યા છે. આ પુસ્તકને હું **વિચારપ્રધાન નાનકડી વાર્તાની** શૈલીમાં લખી રહ્યો છું અને મારા ખ્યાલથી, આ પુસ્તક વિશ્વનું પહેલું શૅરબજાર **સંબંધિત વિચાર આધારિત વાર્તાનું પુસ્તક** હશે.

જો તમે શૅરબજાર સાથે જોડાયેલા મારા બ્લોગ www.maheshkaushik.comથી અગાઉથી પરિચિત છો તો મને લાગે છે કે તમે મારાં કાલ્પનિક પાત્રો – ચંદુ અને ચિંકીથી પણ પરિચિત હશો.

વાસ્તવમાં, હું તમને ટ્રેડિંગ અને લાંબા ગાળાના રોકાણની મારી શૅરજીનિયસ ફૉર્મ્યુલા જણાવવા ઇચ્છું છું.

આ પુસ્તકને વાંચ્યા પછી તમે આ પ્રશ્નોના ઉત્તર આપી શકશો કે – એક શૅરમાં ટ્રેડિંગ કેવી રીતે કરશો ? અથવા તમને ગમતા શૅરને સંગૃહિત કેવી રીતે કરશો ?

મેં આ ફૉર્મ્યુલા દસ વર્ષની આકરી મહેનત અને સંશોધનથી વિકસિત કરી છે.

આ પુસ્તક વિચારપ્રધાન વાર્તાશૈલીમાં લખવામાં આવ્યું છે,

જેમાં હું એ જણાવીશ કે કેવી રીતે એક જ શૅરમાં રોકાણ કરનારા મારા કાલ્પનિક ચરિત્રોમાંથી ચંદુએ કમાવ્યું પણ ચિંકીએ ગુમાવ્યું. આ પુસ્તકને વાંચ્યા પછી –

તમે એ શીખી શકશો કે પોઝિશનલ ટ્રેડમાં વધારે નફો કેવી રીતે મેળવવો અને કેવી રીતે શૅરના કારોબારમાંથી પૈસા કમાવી શકાય છે.

તમે આપોઆપ સમજવા લાગશો કે તમારે શૅર ક્યારે ખરીદવાના છે અને ક્યારે વેચવાના છે.

જી હા, મેં એવી ફૉર્મ્યુલા તૈયાર કરી છે, જેનાથી આપણને આપોઆપ સમજાઈ જશે કે આપણે ક્યારે શૅર ખરીદવાના છે અને ક્યારે વેચવાના છે. શૅર સંબંધિત ડેટા પર લગભગ દસ વર્ષ સુધી આકરી મહેનત કર્યા પછી મેં આ ફૉર્મ્યુલા શોધી છે.

તમે એ પણ શીખી શકશો કે કેવી રીતે પૈસા ગુમાવવાના જોખમ વિના તમે તમારી પસંદગીના શૅરોમાં મોટા પ્રમાણમાં રોકાણ કરી શકો છો.

તમે શૅરમાં વધારે ને વધારે ચડવાની સાથે જ પૈસા કમાવી શકો છો અને કોઈ પણ શૅરમાં મોટી પડતી આવે તે પહેલાં જ ઓછામાં ઓછા નુકસાનની સાથે બહાર નીકળી શકો છો.

તમે એ શીખી શકો છો કે કેવી રીતે પોતાના પોર્ટફોલિયાને હંમેશા ફાયદામાં રાખશો.

મારી ફૉર્મ્યુલા શીખવવા માટે મેં અરવિંદ લિમિટેડનું ઉદાહરણ આપ્યું છે, પણ તમે આ ફૉર્મ્યુલાનો કોઈ પણ શૅરમાં ઉપયોગ કરી શકો છો

આ પુસ્તકમાં મારી એ ફૉર્મ્યુલા છે, જેનાથી તમે તમારા મનપસંદ શૅરોમાં રોકાણ કરી શકો છો અને મેં આ ફૉર્મ્યુલાને ચંદુ અને ચિંકીની વાર્તા દ્વારા રસપ્રદ રીતે વર્ણવી છે.

મને આશા છે કે આ પુસ્તક તમારી વિચારસરણીમાં પરિવર્તન લાવશે અને તમે આ પુસ્તકમાં આપવામાં આવેલી ફૉર્મ્યુલાના માધ્યમથી ધન કમાઈ શકશો.

સાદર,

મહેશ ચંદ્ર કૌશિક

સહાયક મહેસૂલી અધિકારી

કલેક્ટર કાર્યાલય, જિલ્લો સિરોહી

રાજસ્થાન (ભારત)

ઈમેઈલ - mahesh2073@yahoo.com

આભાર

મારા બ્લૉગના બધા અનુસરણકર્તાઓ, યુ-ટ્યૂબ ચૅનલ અનુસરણકર્તાઓ, શૅરજીનિયસ ઍપના અનુસરકર્તાઓ અને મારા પહેલાંના પુસ્તકને વાંચનાર વાચકોનો, જેમની મારા સિદ્ધાંતમાં અનંત આસ્થા અને પ્રેમ દર્શાવનારી ટિપ્પણીઓને કારણે મને આ પુસ્તક લખવાની ઊર્જા મળી.

શ્રી શ્રી ૧૦૦૮ સત્યનારાયણજી ફલાહારી બાબાનો, જે મારા ગુરુ (આધ્યાત્મિક શિક્ષક) છે.

સેવાનિવૃત્ત પ્રાધ્યાપક આદરણીય શ્રી મનીરામ સેઠિયાનો, જેમણે મને બાળપણમાં દિશા પ્રદાન કરી અને મારા નૈતિક સિદ્ધાંતોનું નિર્માણ કર્યું તથા મને કાર્ય એ જ પૂજા હોવાનું શિક્ષણ આપ્યું.

❑

અનુક્રમણિકા

ચિંકીના સપનામાં અરવિંદ મિલ્સની મલ્ટીબેગર કથા

શુક્રવાર, ૧૬મી સપ્ટેમ્બર, ૨૦૦૫ની રાતે ચિંકીને સપનું આવ્યું કે અરવિંદ મિલ્સના શૅરનો ભાવ ૪૧૫ રૂપિયાએ પહોંચવાનો છે અને આ ટોચના સ્તરને સ્પર્શ કરવાની સાથે જ અરવિંદ મિલ્સનું ડીમર્જર થશે અને બે અલગ કંપનીઓ બની જશે, જેમાં એકનું નામ 'અરવિંદ લિમિટેડ' અને બીજીનું નામ 'અરવિંદ ઈન્ફ્રાસ્ટ્રક્ચર લિ.' હશે.

ચિંકીએ સપનામાં એ પણ જોયું કે અરવિંદ મિલ્સના ડીમર્જર પછી અરવિંદ ઇન્ફ્રાસ્ટ્રક્ચર લિ.નો શૅર ૯૫ રૂપિયાને સ્પર્શી જશે.

તેના સપનામાં તેણે સ્પષ્ટ રીતે જોયું કે અરવિંદ લિ. અને અરવિંદ ઇન્ફ્રાસ્ટ્રક્ચર વચ્ચે સ્વેપ સરેરાશ ૧૦:૧ની હશે. આ સ્વેપની સરેરાશનો અર્થ એ છે કે અરવિંદ લિ.ના દરેક દસ શૅર પર તેને અરવિંદ ઇન્ફ્રાસ્ટ્રક્ચરનો એક શૅર મળશે. છેવટે તેનું સપનું પૂરું થયું અને તે સારી આશા સાથે ઊંઘમાંથી ઊઠી.

૧૭ સપ્ટેમ્બર, ૨૦૦૫ને શનિવારે ઊઠ્યા પછી તે તેના સપના અંગે ખૂબ જ ઉત્સાહિત હતી, કારણ કે ૧૬ સપ્ટેમ્બર, ૨૦૦૫ (શુક્રવાર)ના રોજ અરવિંદ મિલ્સના શૅરનો ભાવ ૧૪૧ રૂપિયા હતો. જો તે ૧,૦૦,૦૦૦ રૂપિયાનું રોકાણ કરીને અરવિંદ લિ.ના ૭૦૦ શૅર ખરીદી લે અને બધું જ તેના સપના મુજબ જ થાય તો તે આ ૭૦૦ શૅરોને પ્રતિ શૅર ૪૧૫ રૂપિયા પર વેચી દેશે, જેથી તેને પ્રતિ શૅર ૨૭૪ રૂપિયાનો ખૂબ જ સારો નફો થશે.

તેનો અર્થ એ થશે કે તેને લાભના રૂપમાં ૧,૯૧,૮૦૦ રૂપિયાની કમાણી થશે અને જો સપનાની જેમ તેને અરવિંદ ઇન્ફ્રાસ્ટ્રક્ચર લિ.ના ૭૦

વધારાના શૅર મળી જાય (તેના સપનામાં તેણે ૧૦:૧ની સ્વેપ સરેરાશ જોઈ હતી, એટલે કે તે અરવિંદ મિલ્સના ૭૦૦ શૅર ખરીદી લે તો ભવિષ્યમાં તેને અરવિંદ ઈન્ફ્રાના ૭૦ શૅર પણ મળી જશે.) તો તેને ૭૦ X ૯૫ (સપનામાં જોવા મળેલી અરવિંદ ઈન્ફ્રાની કિંમત) = ૬,૬૫૦ મળી જશે, એટલે કે તેનો કુલ ફાયદો ૧,૯૧,૮૦૦ વત્તા ૬,૬૫૦ બરાબર ૧,૯૮,૪૫૦ થઈ જશે. તેને લાગ્યું કે ૧,૦૦,૦૦૦ રૂપિયાનું રોકાણ કરીને ૧,૯૮,૪૫૦ રૂપિયાની કમાણી ખોટો વિચાર નથી.

આ વાર્તાનું સૈદ્ધાંતિક પાસું : નાના રોકાણકારોને આવાં સપનાં ત્યારે પણ આવે છે, જ્યારે કોઈ બ્રોકિંગ હાઉસ અથવા વિશ્લેષક કોઈ શૅરના ટાર્ગેટ ભાવની ભલામણ કરે છે. તે શૅર સંબંધિત વિશિષ્ટ સલાહમાં આસ્થા રાખતા નાના રોકાણકાર સારા નફાની કમાણી માટે એક શૅરમાં ૧-૨ લાખ રૂપિયાનું રોકાણ કરવા માટે માનસિક રીતે તૈયાર થઈ જાય છે.

આ પુસ્તકમાં હું તમને એ ફૉર્મ્યુલા જણાવીશ, જેનાથી તમે તમારા રસ મુજબ અથવા કોઈ પણ સારા શૅરમાં ૧-૨ લાખ રૂપિયાનું રોકાણ કરીને નુકસાનના ડર વિના મહત્તમ વળતર મેળવી શકો છો.

આ પુસ્તક વાંચવાનું ચાલુ રાખો, કારણ કે આ પુસ્તકને વાંચ્યા પછી તમે મારા પદચિહ્નો પર ચાલશો તો તમને શૅરબજારમાંથી મોટું વળતર મળતું કોઈ રોકી શકશે નહીં.

ચિંકીને તેના સપના પર આટલો વિશ્વાસ કેમ હતો : ઊંઘતી વખતે આપણે બધા સપનાં જોઈએ છીએ. આપણે સપનાં જોઈએ છીએ, કારણ કે ઊંઘ દરમિયાન સપનાં જોવા માણસનો સ્વભાવ છે. સામાન્ય રીતે આપણે આપણાં સપનાંઓ પર ધ્યાન આપતા નથી, તો પછી ચિંકી તેના સપના અંગે આટલી ઉત્સાહિત કેમ હતી ?

હકીકતમાં, ચિંકી છેલ્લા કેટલાક દિવસથી 'ત્રાટક ધ્યાન' (ત્રાટક ગેઝિંગ મેડિટેશન) કરી રહી હતી. આ ધ્યાન કર્યા પછી તેને લાગતું હતું કે તેના મોટા ભાગનાં સપનાં આગામી જીવનની ઘટનાઓના સંકેત આપી રહ્યા છે.

(વાચકોને મારે કહેવું છે કે તેઓ ગૂગલ પર 'ત્રાટક ગેઝિંગ મેડિટેશન ફોર ફ્યુચર ઈન્ડિકેશન' શોધે, કારણ કે તેના અંગે વધુ માહિતી આપવી આ પુસ્તકના વિષયથી બહાર જવાની વાત થશે.)

આ સપના પછી તેને લાગ્યું કે તેનું અચેતન મન આ શૅરના આગામી ભાવની માહિતી આપી રહ્યું છે. તેનાથી તેને લાભ થવાની પૂરી આશા છે.

આ પહેલાં પણ બે-ત્રણ વખત એવું થઈ ચૂક્યું હતું કે, જ્યારે તેણે શૅરોના આગામી ભાવ સપનામાં જોયા અને બજારમાં તે શૅર તે ભાવે પહોંચી પણ ગયો હોય. તેથી તેને આ વખતે તેના સપનામાં પૂરો વિશ્વાસ હતો.

કોઈ નિષ્ણાત પાસેથી બે-ત્રણ વખત યોગ્ય સલાહ મળી જતાં રોકાણકારમાં તેના પ્રત્યે અંધવિશ્વાસ વિકસિત થઈ જાય છે અને ચોથી વખતમાં તે તેની સલાહ પર ચાલીને મોટી રકમનું રોકાણ કરી દે છે. કમનસીબે ત્રણ વખત સાચી સલાહ પછી ચોથી સલાહ એટલી સાચી નથી પડતી તો રોકાણકારના બધા રૂપિયા એક જ શૅરમાં ફસાઈ જાય છે. ક્યારેક પોતાના ફોલોઅર્સે પણ આવી સ્થિતિનો સામનો કરવો પડી જાય છે. મેં આ પુસ્તક એ જ શીખવવા માટે લખ્યું છે કે કેવી રીતે તમે મોટા પ્રમાણમાં નાણાં એક શૅરમાં રોકાણ કરી શકો છો, જેના પર તમે ભવિષ્યમાં મલ્ટીબેગર શૅર હોવાનો વિશ્વાસ કરતાં હો છો.

છેવટે ચિંકીએ ૧૯ સપ્ટેમ્બર, ૨૦૦૫ (સોમવાર)ના રોજ બજાર ખૂલતાં અરવિંદ મિલ્સમાં ૧ લાખ રૂપિયાનું રોકાણ કરવાનો નિર્ણય કરી લીધો.

❑

ચંદુ અને ચિંકી સાથે મારી મુલાકાત

૧૮ સપ્ટેમ્બર, ૨૦૧૫ના રોજ ચિંકી તેના સૌથી સારા મિત્ર ચંદુને મળી. ‘હેલો ચિંકી, તારા ચહેરા પર આટલો ઉત્સાહ કેમ છે ?’ ચંદુએ પૂછ્યું.

‘ચંદુ, આજે હું ખૂબ જ ખુશ છું, કારણ કે મને શૅરબજારમાંથી લગભગ બે લાખ રૂપિયા કમાવવાની રીત મળી ગઈ છે.’ ચિંકીએ જવાબ આપ્યો.

‘ખરેખર ?’ ચંદુએ કહ્યું.

‘હા, મને સપનામાં શૅર સંબંધી ટીપ મળી છે.’ ચિંકીએ જવાબ આપ્યો.

ચંદુ અંદાજે એક મિનિટ સુધી હસતો રહ્યો અને કહ્યું, ‘ચિંકી, તું પણ કેટલી ભોળી છે. મને લાગે છે કે સપનાં તો સપનાં હોય છે. ભૂલી જા અને આ આઈસક્રીમનો આનંદ લે, જે મેં તારા માટે મંગાવ્યો છે.’

‘ના ચંદુ, હું તેને ભૂલી નથી શકતી. ત્રાટક ધ્યાન કરવાના કારણે મારા છેલ્લાં ત્રણ સપનાં સાચા થયા છે. ઉદાહરણરૂપે, હમણાં બે મહિના પહેલાં મેં એક સપનું જોયું હતું, જેની તેં મજાક ઉડાવી હતી અને આશ્ચર્યની વાત એ છે કે તાજેતરમાં જ એ સપનું સાચું થઈ ગયું. તેનાથી મારી વિશ્વાસ હજુ વધી ગયો છે. તેથી સોમવારે હું મારી એક લાખની બધી જ બચતનું અરવિંદ મિલ્સમાં રોકણ કરવાની છું.’ ચિંકીએ જાહેરાત કરી.

‘ઠીક છે ડિયર, પરંતુ મને લાગે છે કે આપણે મહેશ કૌશિકજીને મળવું જોઈએ. હું તેમનો શૅરજીનિયસ બ્લોગ વાંચું છું. મને લાગે છે કે પોતાની બધી જ મૂડીનું રોકાણ કરતાં પહેલાં તેમની સલાહ લેવાથી તારા રૂપિયા સલામત થઈ શકશે.’ ચંદુએ કહ્યું.

‘મને તેમની સલાહ લેવામાં કોઈ રસ નથી, કારણ કે હું જાણું છું કે તે

પોતાની બધી જ મૂડી એક જ શૅરમાં રોકાણ કરવાની સલાહ ક્યારેય નહીં આપે. પરંતુ એ જાણવું ચોક્કસ રસપ્રદ રહેશે કે અરવિંદ મિલ્સમાં મારા એક લાખ રૂપિયાનું રોકાણ કરવા માટે તે કઈ ફૉર્મ્યુલા જણાવે છે. હું તેમની પાસેથી સલાહ લેવા માટે તૈયાર છું.' ચિંકીએ જવાબ આપ્યો.

ચંદુએ મને મળવાનો સમય માગ્યો. નસીબજોગે તે દિવસે રવિવાર હતો. સરકારી નોકરીમાં હોવાના કારણે તે દિવસે મને રજા હતી. તેથી મેં ચંદુ અને ચિંકીને તે જ સમયે મળવા માટે બોલાવી લીધા.

તેઓ મારા ઘરે આવ્યા અને મને ચિંકીના સપના અંગે જણાવવાની સાથે જ અરવિંદ મિલ્સમાં પોતાની બધી મૂડીનું રોકાણ કરવાની તેની ઇચ્છા અંગે પણ જણાવ્યું.

મેં અરવિંદ લિ.ની વર્ષ ૨૦૦૪-૦૫ના કુલ વેચાણની તપાસ કરી, જે ૧,૬૭૮.૮૬ કરોડ રૂપિયા હતું અને ઈક્વિટી શૅરોની કુલ સંખ્યા ૨૩,૦૦,૦૦,૦૦૦ હતી. તેથી વર્ષ ૨૦૦૪-૦૫માં તેમનું પ્રતિ શૅર કુલ વેચાણ ૭૨.૯૯ હતું અને તે શૅર પહેલાંથી જ ૧૪૧ પર ચાલી રહ્યો હતો. અરવિંદ મિલ્સના વર્ષ ૨૦૦૪-૦૫ના પ્રતિ શૅર કુલ વેચાણમાં ઘટાડાના કારણે મેં તેમને હાલ તે ન ખરીદવાની સલાહ આપી. પરંતુ જો અરવિંદ મિલ્સના શૅર ૭૨ રૂપિયાથી નીચે આવે તો તે ખરીદવા યોગ્ય રહેશે.

(જો તમે મને પહેલી વખત વાંચી રહ્યા હો અને મારા પ્રતિ શૅર કુલ વેચાણની પદ્ધતિથી પરિચિત નહીં હો તો મારી સલાહ છે કે તમે મારા પાછલા પુસ્તક 'શૅર માર્કેટમાં જીતવાના સિદ્ધાંત' વાંચો.)

ચિંકીએ મારી સલાહ માનવાનો ઇનકાર કરી દીધો અને જણાવ્યું કે, 'હું અરવિંદ મિલ્સના શૅરોમાં એક લાખ રૂપિયાનું રોકાણ કરવાનો મારો નિર્ણય બદલવાની નથી.' તેણે તર્ક આપ્યો, 'ભારતીય શૅરબજારમાં એવા અનેક શૅર છે, જે અનેક વખત તેમના કુલ વેચાણ પ્રતિ શૅરથી વધુ ઊંચા ભાવ સુધી પહોંચ્યા છે. તેથી શક્ય છે કે ભવિષ્યમાં અરવિંદ લિ. પણ ૪૧૫ને સ્પર્શ કરે.'

મેં જવાબ આપ્યો, 'ચિંકી, હું તારા અવચેતન મનની શક્તિને પડકારતો

નથી, જેણે તેને આગામી ભાવ અને અરવિંદ મિલ્સના ભવિષ્યમાં થવાના ડીમર્જરની માહિતી આપી છે. પરંતુ તારા સપનાનો કોઈ ચોક્કસ સમય નક્કી નથી કે આ સપનું સાચું થવામાં કેટલો સમય લાગશે. શક્ય છે કે આ સંકેત દસ-પંદર વર્ષ પછી સાચા પડે, તો તું અત્યારે તારા રૂપિયા તેમાં રોકીને શા માટે ફસાઈ જાય છે ?'

મારા જવાબ દરમિયાન ચંદુ સતત હસતો રહ્યો હતો. ચિંકીએ તેને પોતાનું અપમાન સમજી લીધું અને તેણે ચંદુને ધમકાવતા કહ્યું, 'ચંદુ, તું ખરેખર મને પ્રેમ કરતો હોય તો તું પણ આ શૅરમાં એક લાખ રૂપિયાનું રોકાણ કરજે.'

હવે ચંદુ ધર્મ-સંકટમાં મુકાઈ ગયો. એક બાજુ તેની પ્રેમિકા ઈચ્છતી હતી કે તે પણ તેણે કહેલા શૅરમાં એક મોટી રકમનું રોકાણ કરે અને બીજી બાજુ આ સ્તરે મારી રોકાણ ન કરવાની સલાહ હતી.

મારો સાચો ફૉલોઅર હોવાના કારણે ચંદુ મારી સલાહની અવગણના કરી શકતો નહોતો. તે તેની પ્રેમિકા ચિંકી અને મારા પ્રત્યે વિશ્વાસના ધર્મ-સંકટમાં ફસાઈ ગયો હતો.

છેવટે તેણે મારી પાસે સલાહ માંગી, 'ગુરુજી, હવે શું કરવું જોઈએ ?'

'ઠીક છે, કંઈ વાંધો નહીં, ચિંકી. મારી પાસે એક સમાધાન છે. મેં મોટી રકમ પોતાની પસંદગીના શૅરમાં રોકવા માટે એક ફૉર્મ્યુલા તૈયાર કરી છે. હું મારું ટ્રેડિંગ અને રોકાણની આ ગુપ્ત ફૉર્મ્યુલા તમને જણાવીશ. જો તમને લોકોને તે પસંદ આવે તો તું અને ચંદુ બંને મારી જણાવેલી આ સલામત રીતે તમારા એક-એક લાખ રૂપિયાનું અરવિંદ મિલ્સમાં રોકાણ કરજો.'

તે જ સમયે મારી પત્ની ચા-નાસ્તો લઈને આવી. ચા પીધા પછી મેં તેમને મારા વિચાર જણાવવાના શરૂ કર્યા.

❑

કોઈ પણ શૅરમાં રોકાણ અને ટ્રેડિંગ કરવાની મારી ગુપ્ત ફૉર્મ્યુલા

ચા પીધા પછી મેં રોકાણ અને ટ્રેડિંગની મારી એ સરળ ફૉર્મ્યુલા જણાવવાનું શરૂ કર્યું, જે દરેક પ્રકારના બજારમાં તથા નિયમિત રીતે ટ્રેડ થનારા કોઈ પણ શૅર પર કામ કરે છે.

શૅરજિનિયસ રોકાણ ફૉર્મ્યુલાની રૂપરેખા

૧. તમારી પસંદગીના શૅર અથવા એ શૅર, જે તમારા અથવા કોઈ પણ વિશ્લેષક મુજબ આવનારા સમયમાં મલ્ટીબેગર થવાના છે, તે પસંદ કરો.

૨. શૅરબજારની વેબસાઈટમાંથી પોતાના પસંદ કરેલા શૅરનો એક વર્ષનો ભાવ સંબંધી ડેટા એમ.એસ. એક્સેલ શીટમાં ડાઉનલોડ કરી લો.

ચંદુએ મને અટકાવ્યો અને કહ્યું, 'એક મિનિટ સર, મને શૅરબજારની વેબસાઈટમાંથી ભાવ સંબંધી ડેટા ડાઉનલોડ કરવાનું નથી આવડતું.'

મેં જવાબ આપ્યો, 'કોઈ વાંધો નહીં, આ રીત જણાવ્યા પછી હું તને શૅરબજારની વેબસાઈટ પરથી ભાવ સંબંધી ડેટા ડાઉનલોડ કરવાનું પણ શીખવાડી દઈશ.'

૩. બી.એસ.ઈ.ની વેબસાઈટ પરથી ડાઉનલોડ કરાયેલી એક્સલશીટમાંથી ઓપન પ્રાઈસ, હાઈ પ્રાઈસ, લૉ પ્રાઈસવાળી કૉલમ હટાવી દો. આપણને માત્ર તારીખો અને ક્લોઝર પ્રાઈસ (બંધ ભાવ)ની જ જરૂર છે.

૪. એક કૉલમમાં '૨૦૦ ડી.એમ.એ.'ની ગણતરી કરો.

જો તમને ૨૦૦ ડી.એમ.એ.ની ગણતરી કરતાં ન આવડતું હોય તો ચિંતા ન કરશો. આ પુસ્તકના આગામી પ્રકરણોમાં મેં ૨૦૦ ડી.એમ.એ.ની ગણતરીની સંપૂર્ણ રીત જણાવી છે.

૫. આગળની કૉલમમાં ક્લોઝર પ્રાઈસ અને ૨૦૦ ડી.એમ.એ.ની વચ્ચેનું અંતર (બંધ ભાવ - ૨૦૦ ડી.એમ.એ.) નોંધાયેલું છે.

૬. હવે છેલ્લે, બંધ ભાવ અને ૨૦૦ ડી.એમ.એ. વચ્ચેના અંતરની ટકાવારી (ટકા) કાઢો.

ચિંતા ન કરો, હું તમને ૩થી ૬ તબક્કાની ગણતરી અંગે બધું જણાવીશ. અહીં હું તેની માત્ર રૂપરેખા જણાવી રહ્યો છું, પરંતુ આગામી પ્રકરણોમાં સંપૂર્ણ વિધિ વ્યાવહારિક રૂપે જણાવીશ. તેથી મહેરબાની કરી આ પુસ્તકને અંતિમ પાના સુધી પૂરું વાંચો.

મહેરબાની કરી આ પુસ્તકનું કોઈ પણ પાનું વાંચ્યા વિના છોડશો નહીં. તેનું એક પછી એક પાનું વાંચો. ક્યાંક-ક્યાંક તે તમને કંટાળાજનક લાગી શકે છે, પરંતુ તેનું કોઈ પણ પાનું વાંચનાનું છોડશો નહીં, કારણ કે તમે આ પુસ્તકનાં બધાં પાનાં વાંચી લીધા પછી તમે સલામત રોકાણના એક નવીન જગતથી પરિચિત થશો.

હવે તમારું 'શૅરોના ટ્રેડિંગ અને રોકાણ હેતુ શૅરજીનિયસ સોફ્ટવેર' તૈયાર છે.

૭. રોકાણ માટે નિશ્ચિત કરાયેલી રકમને ૨૦ ભાગમાં વિભાજિત કરી દો.

ઉદાહરણરૂપે જો તમે ૧ લાખ રૂપિયાનું રોકાણ કરવાનો નિર્ણય કર્યો હોય તો તેના ૫,૦૦૦-૫,૦૦૦ રૂપિયાના ૨૦ ભાગ કરી દો અને જો તમે બે લાખ રૂપિયા રોકાણ કરવાનો નિર્ણય કર્યો હોય તો તેના ૧૦,૦૦૦-૧૦,૦૦૦ રૂપિયાના ૨૦ ભાગ કરી દો.

જો તમે માત્ર ૫૦,૦૦૦ રૂપિયાનું રોકાણ કરવા માગતા હો તો તેના ૨,૫૦૦-૨,૫૦૦ રૂપિયાના ૨૦ ભાગ કરી દો.

૮. હવે એમ. એસ. એક્સેલ શીટમાં બનાવેલા પોતાના સોફ્ટવેરમાં

જુઓ. જો તમારો શૅર ૨૦૦ ડી.એમ.એ.થી નીચે ચાલી રહ્યો હોય તો અત્યારે આ શૅરમાં રોકાણ કરવાનો યોગ્ય સમય નથી. હવે તમારા રૂપિયાને રોકડ તરીકે પોતાની પાસે જ રાખો અને આ સમયમાં તેના પર બચત ખાતાનું વ્યાજ મેળવો. આ સ્થિતિ ત્યાં સુધી જાળવી રાખો, જ્યાં સુધી તમારા શૅર ૨૦૦ ડી.એમ.એ.ને પાર નથી કરી જતા.

૯. જો તમારા શૅર ૨૦૦ ડી.એમ.એ.થી ઉપર જતા રહ્યા હોય તો એ જુઓ કે તે ક્લોઝિંગ પ્રાઇસથી કેટલા ટકા ઉપર છે.

૧૦. મને આશા છે કે તમને પાંચનો ઘડિયો કે પલાખા ચોક્કસ યાદ હશે - ૫, ૧૦, ૧૫, ૨૦, ૨૫, ૩૦, ૩૫, ૪૦, ૪૫, ૫૦, ૫૫, ૬૦, ૬૫, ૭૦... વગેરે.

૧૧. તે દરેક વખતે ૨૦૦ ડી.એમ.એ.થી પાંચ ટકા વધે ત્યારે તમે પોતાની રકમના એક ભાગનું તેમાં રોકાણ કરો. આપણે રકમને ૫,૦૦૦-૫,૦૦૦ના ૨૦ ભાગમાં વિભાજિત કરી છે. જો ચિંકીનું સપનું ખરેખર સાચું થઈ જાય તો જેવા શૅર ૨૦૦ ડી.એમ.એ.થી પાંચ ટકા ઉપર જશે એટલે આપણે તેમાં ૫,૦૦૦ રૂપિયાનું રોકાણ કરીશું. શૅર ૨૦૦ ડી.એમ.એ.થી ૧૦ ટકા ઉપર જશે તો આપણે તેમાં બીજા ૫,૦૦૦ રૂપિયાનું રોકાણ કરીશું. શૅર ૨૦૦ ડી.એમ.એ.થી ૧૫ ટકા આગળ વધશે તો આપણે આ શૅરમાં ૫,૦૦૦ રૂપિયાનું વધુ રોકાણ કરીશું.

૧૨. માની લો, તમારા શૅરનો અંતિમ બંધ ભાવ ૨૦૦ ડી.એમ.એ.થી ૧૬ ટકા પર અટકી જાય છે તો આ રમતમાં પહેલી વખત સામેલ થનારાઓએ બંધ ભાવના આગામી પાંચના ગુણાંકના સ્તર સુધી આવવાની રાહ જોવી જોઈએ, એટલે કે આ શૅરમાં પહેલી વખત રૂપિયા લગાવનારા તમારે તેના ૨૦૦ ડી.એમ.એ.થી ૨૦ ટકા વધુ થવાની રાહ જોવી જોઈએ, કારણ કે ૧૬ ટકા પછીનો પાંચનો ગુણાકાર ૨૦ થાય છે.

જો તમે એક્સેલ શીટ બનાવી છે અને તેમાં આ શૅર ૨૦૦ ડી.એમ.એ.થી ૫.૬૫ ટકા આગળ નીકળતો જણાય તો આ નિયમ મુજબ આ શૅરમાં પહેલી વખત પ્રવેશ કરનારાએ શૅરના આગામી પાંચના ગુણાંકના

સ્તર ૫.૬૫ ટકાના ૧૦ ટકા થઈ જવા સુધી રાહ જોવી જોઈએ. (જો તમને આ મુદ્દો સમજાય નહીં તો ચિંતા ન કરશો, હું આગળના પાનાઓમાં દરેક વાત વિસ્તારથી સમજાવીશ, ધીરજ રાખો.)

૧૩. ૨૦૦ ડી.એમ.એ.થી દરેક પાંચ ટકાના ઘટાડા પર આપણે આપણો એક લૉટ (એક ભાગ) વેચવાનો રહેશે.

જો શૅર ૨૦૦ ડી.એમ.એ.થી ૧૦ ટકા ઘટે તો આપણે વધુ એક ભાગ વેચવાનો રહેશે.

જો શૅર ૨૦૦ ડી.એમ.એ.થી ૧૫ ટકા ઘટે તો આપણે બાકીનો ભાગ પણ વેચવાનો રહેશે. 'પહેલા આવો, પહેલા મેળવો'ની જેમ આપણે સૌથી પહેલાં ખરીદેલો ભાગ વેચવાનો રહેશે.

આથી, ૨૦૦ ડી.એમ.એ.થી પાંચ ટકાના પ્રત્યેક ઘટાડા પર આપણે આપણી પાસે રાખેલા શૅરોમાંથી પાંચ ટકા હિસ્સો વેચવાનો રહેશે અને ૨૦૦ ડી.એમ.એ.થી પાંચ ટકા વધતા આપણે આપણી રકમના એક ભાગનું રોકાણ કરવાનું રહેશે. અને ચિંકી, જો તારું સપનું સાચું થયું તો અરવિંદ મિલ્સ (અરવિંદ લિ. પહેલા અરવિંદ મિલ્સ નામથી ઓળખાતી હતી)ના વધવાની સાથે જ આપણા રોકાણમાં પણ વધારો થશે. જો તારું સપનું માત્ર એક સપનું જ છે અને મારા કુલ વેચાણ પ્રતિ શૅર સિદ્ધાંત મુજબ તેનો ભાવ ઘટવા લાગશે તો ભાવ ઘટવાની સાથે જ આપણે આપણા શૅર વેચવા પડશે.'

ચિંકીએ કહ્યું, 'સર, હું વધુ પૈસા કમાવવા અંગે ખૂબ જ ઉત્સાહિત છું. તમારી ફૉર્મ્યુલા પર ચાલવાથી મારો નફો મર્યાદિત થઈ જશે. તેથી માફ કરો, હું તમારી રીત પર નહીં ચાલી શકું. પરંતુ જો ચંદુ તમારા સિદ્ધાંત પર ચાલવા માગે તો મને કોઈ વાંધો નથી.'

ચંદુ ખુશ થઈ ગયો અને કહ્યું, 'આભાર ચિંકી, અને મહેશ સર, હું નિશ્ચિતપણે આ શૅરજિનિયસ રામબાણ પર ચાલીશ. મને વિશ્વાસ છે કે આ ઉત્તમ ટ્રેડિંગ રીત ચિંકીના એક વખતમાં કરાયેલા રોકાણથી વધુ સારી સાબિત થશે.'

તે બંનેએ સમય આપવા માટે મારો આભાર માન્યો અને પોતાના ઘરે ગયા.

❑

શૅરજિનિયસ રોકાણ ફૉર્મ્યુલાનો અરવિંદ લિ.ના શૅરો પર વાસ્તવિક ઉપયોગ

૧૯ સપ્ટેમ્બર, ૨૦૦૫ના રોજ શૅરબજાર ખૂલતાં જ ચિંકીએ તેની ૧,૦૦,૦૦૦ રૂપિયાની બધી જ મૂડીનું અરવિંદ મિલ્સના શૅરોમાં રોકાણ કરી દીધું.

અરવિંદ લિ. (બી.એસ.ઈ. કોડ - ૫૦૦૧૦૧) પહેલાં 'અરવિંદ મિલ્સ'ના નામથી ઓળખાતી હતી.

મહેરબાની કરી નીચે અપાયેલી લિંકમાંથી અરવિંદ લિ.નો ૧ સપ્ટેમ્બર, ૨૦૦૪થી ૩૧ ઑક્ટોબર ૨૦૧૬ સુધીની કિંમતોનો ભાવ સંબંધિત ઐતિહાસિક ડેટા ડાઉનલોડ કરી લો -

http://www.bseindia.com/markets/equity/EQReports/StockPrcHistori.aspx?expandable=7&scripcode=500101&flag=sp&Submit=G

આ પુસ્તકને વધુ ઊંડાણથી સમજવા માટે તમને આ ભાવ સંબંધિત ઐતિહાસિક ડેટાની જરૂર પડશે.

જો તમને આ ભાવ સંબંધિત ઐતિહાસિક ડેટા ડાઉનલોડ કરવામાં કોઈ તકલીફ પડતી હોય તો કૃપયા આ લિંક પર ઉપલબ્ધ મારી બ્લોગ પોસ્ટ વાંચો -

http://sharegenius.maheshkaushik.com/2015/07/how-to-find-historical-stock-price-of.html

તો, ૧૯ સપ્ટેમ્બર, ૨૦૦૫ના રોજ અરવિંદ લિ.નો ભાવ ૧૪૦થી ૧૪૩.૯૦ રૂપિયા હતો, ત્યારે ચિંકીએ ૧૪૦.૮૫ના ભાવ પર ૭૧૦ શૅર

ખરીદી લીધા.

કુલ રોકાણ - ૧૪૦.૮૫ X ૭૧૦ = ૧,૦૦,૦૦૩.૫૦ (લગભગ ૧ લાખ રૂપિયા)

બીજી બાજુ, ચંદુએ મારી ફૉર્મ્યુલા મુજબ એમ. એસ. એક્સેલ શીટ બનાવી.

સૌથી પહેલા ચંદુએ અરવિંદ લિ.ના ૧ સપ્ટેમ્બર, ૨૦૦૪થી ૧૯ સપ્ટેમ્બર, ૨૦૦૫ના ભાવ સંબંધિત ઈતિહાસ ડાઉનલોડ કર્યો.

હું પહેલાં જ તમને 'બી.એસ.ઈ.ની વેબસાઈટ પરથી ભાવ સંબંધિત ઐતિહાસિક ડેટા કેવી રીતે ડાઉનલોડ કરવો' તે જણાવી ચૂક્યો છું.

એમ.એસ.એક્સેલ શીટ ડાઉનલોડ કર્યા પછી ચંદુએ તેમાંથી ઓપન પ્રાઇસ, હાઈ પ્રાઇસ, લો પ્રાઇસવાળી કૉલમ હટાવી દીધી.

ચંદુને માત્ર તારીખ અને ક્લોઝર પ્રાઇસ (બંધ ભાવ) કૉલમ જ જોઈતી હતી. હવે તેણે એક કૉલમમાં ૨૦૦ ડી.એમ.એ.ની ગણતરી કરી લીધી. તેના માટે એક કૉલમમાં ક્લોઝર પ્રાઇસ - ૨૦૦ ડી.એમ.એ. અને બીજી કૉલમમાં ટકા વેરિએશન (ફેરફાર) લખી નાંખ્યા.

મને ખબર છે કે કેટલાક વાચકોને હજી એ પણ સ્પષ્ટરૂપે ખબર નહીં પડી હોય, તેથી મેં તમારા માટે આ સંપૂર્ણ એમ.એસ. એક્સેલ શીટ મારી ગૂગલ ડ્રાઈવ પર ઉપલબ્ધ કરાવી દીધી છે. તમે તેને ત્યાંથી ડાઉનલોડ કરી શકો છો.

સંપૂર્ણ યુ.આર.એલ.

http://drive.google.com/file/d/
0BwqVx444SxLaanRPMzJXamJ4UmM/
view?usp=sharing

લઘુ યુ.આર.એલ. : http://goo.gl/RgKBru

અથવા તમે યુ-ટ્યૂબ પર ૨૦૦ ડી.એમ.એ.ની ગણતરી પદ્ધતિ સંબંધિત વીડિયો પણ જોઈ શકો છો. -

http://www.youtube.com/watch?v=rSVbuSddVBU

હવે ચંદુની એમ.એસ. એક્સેલ શીટ કંઈક આવી દેખાઈ રહી હતી –

ચંદુ એમ.એસ. એક્સેલ સીટ

(શૅર જિનિયસ સૉફ્ટવેર અને અરવિંદ લિ.)

તારીખ	બંધ ભાવ	૨૦૦ ડી.એમ.એ.	ફેરફાર	તફાવત
૧ સપ્ટે., ૦૪	૮૧.૩૫	પહેલી ૨૦૦ હરોળમાં ૨૦૦ ડી.એમ.એ. નહીં દેખાય. કારણ કે ૨૦૦ ડી.એમ.એ. ગુણાંક કરવા માટે ૨૦૦ દિવસ લાગશે. તેથી દમન તેમાં એક ફૉર્મ્યુલા લગાવી છે. જમા (B3:B202) ભાગ ૨૦૦.		
૨ સપ્ટે., ૦૪	૮૧.૩૫			
૩ સપ્ટે., ૦૪	૮૨.૮			
૬ સપ્ટે., ૦૪	૮૨.૯			
૭ સપ્ટે., ૦૪	૮૨.૨			
૮ સપ્ટે., ૦૪	૮૨.૨૫			
૯ સપ્ટે., ૦૪	૮૧.૧૫			
૧૦ સપ્ટે., ૦૪	૮૦.૮			
૧૩ સપ્ટે., ૦૪	૮૨			
૧૪ સપ્ટે., ૦૪	૭૯.૭			
૧૫ સપ્ટે., ૦૪	૮૦.૩૫			
૧૬ સપ્ટે., ૦૪	૮૦.૫			
૧૭ સપ્ટે., ૦૪	૮૦.૨			

ચંદુએ જોયું કે ૧૯ સપ્ટેમ્બર, ૨૦૦૫ના અરવિંદ મિલ્સના ૨૦૦ ડી.એમ.એ. ૧૨૬.૨૪ હતો અને શૅર ૧૪૧.૨૫ ઉપર બંધ થયો, જે તેના ૨૦૦ ડી.એમ.એ.થી ૧૦.૬૩ ટકા વધુ હતો.

૧૯ સપ્ટેમ્બર, ૨૦૦૫ના ચંદુની એક્સેલ શીટના ડેટાની તસવીર કંઈક આવી હતી -

ચંદુ એમ.એસ. એક્સેલ સીટ (શૅર જિનિયસ સોફ્ટવેર અને અરવિંદ લિ.)				
તારીખ	બંધ ભાવ	૨૦૦ ડી.એમ.એ.	ફેરફાર	તફાવત
૬ સપ્ટે., ૦૫	૧૩૩.૪	૧૨૫.૧૭	૮.૨૩	૬.૧૭
૮ સપ્ટે., ૦૫	૧૩૬.૨૫	૧૨૫.૩૬	૧૦.૮૯	૮.૦૦
૯ સપ્ટે., ૦૫	૧૩૬.૨૫	૧૨૫.૪૮	૧૦.૭૬	૭.૮૯
૧૨ સપ્ટે., ૦૫	૧૩૭.૪૫	૧૨૫.૬૨	૧૧.૮૩	૮.૬૦
૧૩ સપ્ટે., ૦૫	૧૩૯.૮૫	૧૨૫.૭૪	૧૪.૧૧	૧૦.૦૯
૧૪ સપ્ટે., ૦૫	૧૩૫.૬	૧૨૫.૮૫	૯.૭૫	૭.૧૯
૧૫ સપ્ટે., ૦૫	૧૩૭.૦૫	૧૨૫.૯૭	૧૧.૦૮	૮.૦૯
૧૬ સપ્ટે., ૦૫	૧૪૧	૧૨૬.૧૦	૧૪.૯૦	૧૦.૫૭
૧૯ સપ્ટે., ૦૫	૧૪૧.૨૫	૧૨૬.૨૪	૧૫.૦૧	૧૦.૬૩
૨૦ સપ્ટે., ૦૫	૧૩૯.૬	૧૨૬.૩૬	૧૩.૨૪	૯.૪૮

ચંદુએ ટકાવારી વેરીએશન ૨૦૦ ડી.એમ.એ.થી ૧૦.૬૩ ટકા ઉપર જોયું તો મારી ફૉર્મ્યુલા મુજબ, આ શૅર ૫ ટકા અને ૧૦ ટકાના બે સ્તર પાર કરી ચૂક્યો હતો. તેથી, ચંદુએ કુલ રકમના બે ભાગનું રોકાણ કરી દીધું. (કુલ રકમના બે ભાગનો અર્થ છે, તેણે આ સ્તર પર ૫,૦૦૦ x ૨ = ૧૦,૦૦૦ રૂપિયાનું રોકાણ કરવાનું હતું.)

તેને મારી વાત યાદ હતી કે જો શૅર ૨૦૦ ડી.એમ.એ.થી ઉપર બંધ થાય તો એ જોવાનું કે તે ૨૦૦ ડી.એમ.એ.થી કેટલા ટકા ઉપર ગયો છે. ત્યાર પછી પાંચના પ્રત્યેક ગુણાંક પર પોતાની કુલ રકમનો એક ભાગ રોકાણ કરી દે.

તેણે શૅરને ૨૦૦ ડી.એમ.એ.થી ૧૦.૬૩ ટકા ઉપર જોયા તો તેનો અર્થ એ હતો કે તેણે પહેલી પાંચ ટકાની વૃદ્ધિ માટે એક અને ૧૦ ટકાની વૃદ્ધિ માટે બીજો એટલે કે બે ભાગનું રોકાણ કરવાનું હતું.

મારી સાથે ચર્ચા-વિચાર કરવા તથા સંસ્તુતિ માટે તે એ શીટ મારી પાસે પણ લઈ આવ્યો.

તેની શીટ જોયા પછી મેં સ્મિત કર્યું અને કહ્યું, 'ચંદુ, મારા નિયમોના ૧૨મા પૉઇન્ટનો ઉપયોગ કરવાનું ન ભૂલીશ કે આ રમતમાં પહેલી વખત જોડાનારાઓએ બંધ ભાવના આગામી પાંચ ગુણાંકના સ્તર સુધી આવવાની રાહ જોવી જોઈએ.'

હવે અરવિંદ મિલ્સ ૨૦૦ ડી.એમ.એ.થી ૧૦.૬૩ ટકા ઉપર હતા, તેથી અરવિંદના શૅર અમારા આગામી પાંચ ગુણાંકના સ્તર એટલે કે ૧૫ ટકાની નજીક પહોંચી ન જાય ત્યાં સુધી અમે રોકાણ કરી શકીએ તેમ નહોતા.

તેથી આ સ્તર પર રોકાણ ન કરશો, કારણ કે ૧૯ સપ્ટેમ્બર, ૨૦૦૫નો બંધ ભાવ (ક્લોઝિંગ પ્રાઇસ) ૨૦૦ ડી.એમ.એ.થી ૧૦.૬૩ ટકા ઉપર દેખાઈ રહ્યો હતો અને તમે પહેલી વખત આ રમતમાં જોડાવ છો, તેથી અરવિંદના શૅરને ૨૦૦ ડી.એમ.એ.થી ૧૫ ટકાથી ઉપર આવવાની રાહ જોવી જોઈએ.

ઉદાહરણ માટે, જો શૅરનો બંધ થતાં સુધી ૨૦૦ ડી.એમ.એ.થી ૧૫ ટકા ઉપર જાય છે તો આપણે તેમાં આપણી કુલ રકમનો એક ભાગ રોકાણ કરવાનું શરૂ કરી શકીએ છીએ અને પછી બાકી હિસ્સો તેના ૨૦૦ ડી.એમ.એ.થી ૨૦ ટકા, ૨૫ ટકા, ૩૦ ટકા, ૩૫ ટકા, ૪૦ ટકા, ૪૫ ટકા વધતા રોકાણ કરીશું.

આમ, ૧૯ સપ્ટેમ્બર, ૨૦૦૫ના રોજ જ્યાં ચિંકીએ અરવિંદ લિ.ના ૭૧૦ શૅર ખરીદ્યા અને ૧,૦૦,૦૦૦ રૂપિયાનું રોકાણ કર્યું, ત્યાં ચંદુએ કોઈ શૅર ખરીદ્યા નહીં, કારણ કે તે શૅર ૨૦૦ ડી.એમ.એ.થી ૧૫ ટકાથી વધુ પર બંધ થવાનો યોગ્ય સમય આવવાની રાહ જોઈ રહ્યો હતો. તેની ૧,૦૦,૦૦૦ રૂપિયાની સંપૂર્ણ રકમ તેના બચત ખાતામાં જ રાખેલી હતી.

❑

૧૯ સપ્ટેમ્બર, ૨૦૦૫થી ૧૯ સપ્ટેમ્બર ૨૦૦૬ વચ્ચે શું થયું ?

હવે ચિંકી પાસે અરવિંદ લિ.ના ૭૧૦ શૅર હતા અને ચંદુ પાસે ૧,૦૦,૦૦૦ રૂપિયા રોકડ હતી.

ચંદુ રોજ તેની એક્સેલ શીટ ખોલતો અને તેમાં બંધ ભાવ નોંધી લેતો. તેની શીટમાં ૨૦૦ ડી.એમ.એ. અને ટકાવારીના વેરિએશનમાં બંધ ભાવ નોંધવાની સંપૂર્ણ પ્રક્રિયામાં તેને રોજ પાંચ મિનિટનો સમય લાગતો.

જો તમે પાછલા પ્રકરણમાં અપાયેલી લિંક પરથી આ શીટ ડાઉનલોડ કરી લીધી હોય તો તમે તેમાં જોઈ શકશો કે ૧૯ સપ્ટેમ્બર, ૨૦૦૫ના રોજ શૅર ૨૦૦ ડી.એમ.એ.થી ૧૫ ટકા ઉપર બંધ થયો નહોતો.

૧૪ ઑક્ટોબર, ૨૦૦૫થી અરવિંદ લિ.ના શૅર ૨૦૦ ડી.એમ.એ.થી ઘટવાનું શરૂ થઈ ગયા. હજી ચંદુ પાસે કોઈ શૅર નહોતા. જો તે સમયે તેની પાસે શૅર હોત તો ૫ ટકાના પ્રત્યેક ઘટાડા પર તેણે એક લૉટ વેચવો પડ્યો હોત. પરંતુ તેની પાસે કશું નહોતું, તેથી તેને શૅર વેચવાની જરૂર નહોતી. તમને બતાવવા માટે હું એક ઉદાહરણ આપું છું.

ચંદુ એમ.એસ. એક્સેલ સીટ (શૅર જિનિયસ સોફ્ટવેર અને અરવિંદ લિ.)				
તારીખ	બંધ ભાવ	૨૦૦ ડી.એમ.એ.	ફેરફાર	તફાવત
૧૩ ઑક્ટો.,૦૫	૧૩૨.૨૫	૧૨૭.૭૪	૪.૫૧	૩.૪૧
૧૪ ઑક્ટો.,૦૫	૧૨૬.૧૫	૧૨૭.૭૧	-૧.૫૬	-૧.૨૩
૧૭ ઑક્ટો.,૦૫	૧૨૨.૫	૧૨૭.૬૯	-૫.૧૯	-૪.૨૩
૧૮ ઑક્ટો.,૦૫	૧૨૨.૩૫	૧૨૭.૬૪	-૫.૨૯	-૪.૩૨
૧૯ ઑક્ટો.,૦૫	૧૨૦.૩૫	૧૨૭.૫૭	-૭.૨૨	-૬.૦૦
૨૦ ઑક્ટો.,૦૫	૧૧૩.૫	૧૨૭.૪૭	-૧૩.૯૭	-૧૨.૩૧
૨૧ ઑક્ટો.,૦૫	૧૧૯.૪૫	૧૨૭.૪૫	-૮.૦૦	-૬.૭૦

જો ચંદુ પાસે ૧૯ ઑક્ટોબર, ૨૦૦૫ના રોજ અરવિંદના ૨૦૦ ડી.એમ.એ.થી ૬ ટકા નીચે બંધ થવાના સમયે કોઈ શૅર હોત તો તેણે આગામી દિવસે ૨૦ ઑક્ટોબર, ૨૦૦૫ના રોજ તેમના સૌથી જૂના ખરીદેલા શૅર 'પહેલા આવો, પહેલા મેળવો'ના સિદ્ધાંત હેઠળ વેચવા પડ્યા હોત. આવું જ ૨૦ ઑક્ટોબર, ૨૦૦૫ના રોજ પણ થયું હોત, જ્યારે શૅરોમાં ૨૦૦ ડી.એમ.એ.થી ૧૨.૩૧ ટકાનો ઘટાડો આવ્યો હતો. આ સ્થિતિમાં ચંદુને આગામી કારોબારી દિવસ ૨૧ ઑક્ટોબર, ૨૦૦૫ના રોજ તેમના સાચા અને સૌથી જૂના ખરીદેલા શૅર વેચવા પડ્યા હોત. પરંતુ હાલ ચંદુ પાસે વેચવા માટે કોઈ શૅર નહોતા.

જો તમે ગૂગલ ડ્રાઇવ પર મેં આપેલી એક્સેલ શીટ ડાઉનલોડ ન કરી હોય તો હું તમને ફરી એક વખત નિવેદન કરું છું કે કૃપયા તે આખી શીટ ડાઉનલોડ કરો, તેની પ્રિન્ટ કાઢો અને આ પુસ્તકને વાંચતી વખતે તે એક્સેલ શીટનો સંદર્ભરૂપે ઉપયોગ કરો.

ડાઉનલોડ કરવાની લિંક -

http://drive.google.com/file/d/0BwqVx444SxLa
anRPMzJXamJ4UmM/view?usp=sharing
÷½w Þw.ykh.yu÷. : http://goo.gl/RgKBru

હવે આ શીટમાં ૧૯ સપ્ટેમ્બર, ૨૦૦૬ જોવાથી તમને શું જાણવા મળે છે ?

આ આખા વર્ષ દરમિયાન અરવિંદ ક્યારેય ૨૦૦ ડી.એમ.એ.ની નજીક પણ આવ્યો નહીં. તેથી ચંદુની રોકડ તેની પાસે હતી અને તેના બચત ખાતામાં ૪ ટકાના દરે ૪,૦૦૦ રૂપિયાનું વ્યાજ મળ્યું. હવે તેની કુલ રોકડ રકમ ૧,૦૪,૦૦૦ રૂપિયા થઈ ગઈ હતી, પરંતુ ચિંકીનું શું થયું ?

ચિંકીની કુલ રકમની ગણતરી માટે ૧૯ સપ્ટેમ્બર, ૨૦૦૬ના રોજનો પ્રાઇસ ડેટા જોઈએ.

ચંદુ એમ.એસ. એક્સેલ સીટ (શૅર જિનિયસ સોફ્ટવેર અને અરવિંદ લિ.)				
તારીખ	**બંધ ભાવ**	**૨૦૦ ડી.એમ.એ.**	**ફેરફાર**	**તફાવત**
૧૯ સપ્ટે.,૦૬	૬૬.૮૫	૮૨.૪૪	-૧૫.૫૯	-૨૩.૩૩
૨૦ સપ્ટે.,૦૫	૬૫.૮૫	૮૨.૩૩	-૧૬.૩૮	-૨૪.૮૬

જો આપણે ૧૯ સપ્ટેમ્બર, ૨૦૦૬ના બંધ ભાવ ૬૬.૮૫થી ૭૧૦ શૅરોનો ગુણાંક કરીએ તો તે ૭૧૦ x ૬૬.૮૫ = ૪૭,૪૬૩.૫૦ થાય.

ઓહ, ચિંકીને ૫૨,૫૪૦ રૂપિયાનું નુકસાન થયું છે.

૧૯ સપ્ટેમ્બરે ચંદુ અને ચિંકી એક કાફેમાં મળ્યા અને કોફીનો આનંદ લીધો. ચંદુએ સ્મિત કરતાં પૂછ્યું, 'ચિંકી, શું હજી પણ તું માને છે કે મહેશ કૌશિકજી સાચા હતા ? કારણ કે અત્યાર સુધી તને લગભગ ૫૨,૫૪૦ રૂપિયાનું નુકસાન થઈ ગયું છે, જ્યારે મેં બચત ખાતામાં વ્યાજ તરીકે ૪,૦૦૦ રૂપિયાની કમાણી કરી છે.'

હવે ચિંકી ગુસ્સે થઈ ગઈ અને કહ્યું, 'તારા એ મૂર્ખ મહેશ કૌશિકજી

તેમના વીડિયોમાં કહે છે કે પોતાના અંદાજિત નુકસાનની ચિંતા ન કરો, પોતાના શૅરને પોતાની પાસે રાખો અને સારા સમયની રાહ જુઓ.'

તેણે ગરમ કોફીની ચુસ્કી ભરી અને આગ ઓકવાનું ચાલુ રાખ્યું, 'એવું જ છે તો તું મારા 'અંદાજિત નુકસાન'ને 'સ્થાયી નુકસાન' કેમ કહી રહ્યો છે ? મારી પાસે હજી પણ ૭૧૦ શૅર છે. હું લાબા સમય માટે રોકાણ કરનારામાંથી એક છું. એક દિવસ મને આ કંપનીમાંથી સારો નફો મળશે.

'ચંદુ, તારા માટે હજી પણ તક છે. તારા શિક્ષકની સલાહ ભૂલી જા અને અરવિંદના શૅર ૬૬.૮૫ના આ સ્તર પર જ ખરીદી લે. તેનાથી તને ટૂંકમાં જ લાભ થઈ શકે છે.' તેણે સલાહ આપી.

'ના ચિંકી, હું મહેશ કૌશિકજીનો ચુસ્ત ફોલોઅર છું અને તેમના સોફ્ટવેરના કારણે મળેલી માનસિક શાંતિનો આનંદ લઈ રહ્યો છું.' ચંદુએ જવાબ આપ્યો.

છેવટે ચિંકીએ કહ્યું, 'ઠીક છે ડિયર, આગામી વર્ષે આપણે બંને ફરી મળીશું અને પોતાના પોર્ટફોલિયોની સરખામણી કરીશું. જો તું આગળ હોઈશ તો હું તને પાર્ટી આપીશ અને એક વર્ષ પછી પણ તું જીતી નહીં શકે તો તું મને પાર્ટી આપજે.'

ચંદુ હસ્યો. તેણે ચિંકીનો પડકાર સ્વીકારી લીધો અને કૉફીનું બીલ ચૂકવી દીધું.

❑

૧૯ સપ્ટેમ્બર, ૨૦૦૬થી
૧૯ સપ્ટેમ્બર, ૨૦૦૭ વચ્ચે શું થયું ?

૧૯ સપ્ટેમ્બર, ૨૦૦૬થી ૩૧ ઓગસ્ટ, ૨૦૦૭ સુધી અરવિંદના શૅર ૨૦૦ ડી.એમ.એ.થી નીચે રહ્યા. મને લાગે છે કે અત્યાર સુધીમાં તમે એક્સેલ શીટ ડાઉનલોડ કરી લીધી હશે. તેમાં ૧૯ સપ્ટેમ્બર, ૨૦૦૬થી ૩૧ ઓગસ્ટ, ૨૦૦૭ સુધીનો ડેટા જુઓ. જો તમે આખી શીટ ડાઉનલોડ ન કરી હોય તો કોઠામાં જુઓ -

ચંદુ એમ.એસ. એક્સેલ સીટ
(શૅર જિનિયસ સોફ્ટવેર અને અરવિંદ લિ.)

તારીખ	બંધ ભાવ	૨૦૦ ડી.એમ.એ.	ફેરફાર	તફાવત
૩૦ ઓગ.,૦૭	૪૬.૩૫	૪૮.૫૪	-૨.૧૯	-૪.૭૧
૩૧ ઓગ.,૦૭	૪૮	૪૮.૪૯	-૦.૪૯	-૧.૦૩
૩ સપ્ટે., ૦૭	૫૧.૫	૪૮.૪૭	૩.૦૩	૫.૮૯
૪ સપ્ટે., ૦૭	૫૨.૪	૪૮.૪૫	૩.૯૫	૭.૫૩
૫ સપ્ટે.,૦૭	૫૧.૯	૪૮.૪૪	૩.૪૬	૬.૬૬

પરંતુ ૩ સપ્ટેમ્બર, ૨૦૦૭ના રોજ એક ચમત્કાર થયો, અરવિંદ લિ.ના શૅર ૫૧.૫૦ પર બંધ થયા, જે ચંદુના ૨૦૦ ડી.એમ.એ.ના ૪૮.૪૭થી ૫.૮૯ ટકા ઉપર હતો.

ચંદુએ વિચાર્યું કે તેણે પહેલી વખત ખરીદી માટે તેના ૧૫ ટકાથી વધુ પર બંધ થવાની રાહ જોવી જોઈએ. પરંતુ ૩ સપ્ટેમ્બર, ૨૦૦૭ના રાતે ૮

વાગ્યે મેં ચંદુને ફોન કર્યો.

મેં કહ્યું, 'હેલો, ચંદુ બોલી રહ્યા છે ?'

ચંદુએ જવાબ આપ્યો, 'અરે સર, કેટલું સુખદ આશ્ચર્ય છે કે તમે મને ફોન કર્યો.'

'ચંદુ, જ્યારે તું અને ચિંકી ૧૮ સપ્ટેમ્બર, ૨૦૦૫ના રોજ મળવા આવ્યા હતા તે સમયે મેં તને મારી ફૉર્મ્યુલાની એક મહત્ત્વની બાબત નહોતી જણાવી, કારણ કે જો તે સમયે મેં તને તે જણાવી હોત તો તું તેને સ્પષ્ટરૂપે સમજી શક્યો ન હોત.'

'સર, મહેરબાની કરીને તમે મારાથી જે છુપાવ્યું હતું તે જણાવી દો.'

'પ્રિય મિત્ર, મેં છુપાવ્યું નહોતું. તે સમયે ફૉર્મ્યુલાને પૂરી રીતે જણાવવા માટે યોગ્ય સમય નહોતો, કારણ કે તે સમયે જો મેં કોઈ સ્પષ્ટ ઉદાહરણ વિના તે સમજાવ્યું હોત તો સંભવતઃ તું કંટાળી ગયો હોત અને તેને સ્પષ્ટ રીતે સમજી શક્યો ન હોત.'

'ઠીક છે, સર ! મહેરબાની કરીને મને શૅરજિનિયસ નિયમનો બાકીનો ભાગ જણાવી દો.' ચંદુ ખૂબ જ ઉત્સાહિત હતો.

મેં જવાબ આપ્યો - 'જ્યારે પણ તારા શૅર ૨૦૦ ડી.એમ.એ.ની ટકાવારીના વેરિએશનમાં ઋણાત્મક (-)થી ધનાત્મક (+) થાય તો તારે દરેક વખતે તેને પ્રારંભિક પૉઈન્ટ માનવો જોઈએ. એટલે કે જો તારા શૅર ૨૦૦ ડી.એમ.એ.ની ટકાવારીના વેરિએશનમાં (-)થી સુધરીને (+) ટકાવારીના વેરિએશનમાં આવી જાય, ત્યારે તારે પોતાના માટે એક લૉટ ખરીદી લેવો જોઈએ. (પોતાની કુલ રકમના એક ભાગથી રોકાણ કરવાનું શરૂ કરો.)'

'કારણ કે ૨૦૦ ડી.એમ.એ.ના નીચલા સ્તરથી સુધારો થઈને ૨૦૦ ડી.એમ.એ.થી વધુ થવા, એ જોરદાર ટેકનિકલ સંકેત છે, જેના માટે તમારે સંપૂર્ણ ટેકનિકલ વિશ્લેષણ શીખવું જરૂરી નતી. તમારે માત્ર પોતાના ૨૦૦ ડી.એમ.એ.ના (+) અને (-) વૅરિએશનનું ધ્યાન રાખવાનું છે. હવે આપણે અરવિંદની સ્થિતિ જોઈએ.'

ચંદુ એમ.એસ. એક્સેલ સીટ (શૅર જિનિયસ સોફ્ટવેર અને અરવિંદ લિ.)				
તારીખ	બંધ ભાવ	૨૦૦ ડી.એમ.એ.	ફેરફાર	તફાવત
૩૦ ઓગ.,૦૭	૪૬.૩૫	૪૮.૫૪	-૨.૧૯	-૪.૭૧
૩૧ ઓગ.,૦૭	૪૮	૪૮.૪૯	-૦.૪૯	-૧.૦૩
૩ સપ્ટે., ૦૭	૫૧.૫	૪૮.૪૭	૩.૦૩	૫.૮૯
૪ સપ્ટે., ૦૭	૫૨.૪	૪૮.૪૫	૩.૯૫	૭.૫૩
૫ સપ્ટે.,૦૭	૫૧.૯	૪૮.૪૪	૩.૪૬	૬.૬૬

'તમે જોઈ શકો છો કે શૅર ૫૧.૫૦ રૂપિયા પર બંધ થયો, જે ૨૦૦ ડી.એમ.એ.થી ૫.૮૯ ટકા વધુ છે. આથી, આ પૉઇન્ટથી તમે રોકાણની શરૂઆત કરતા ૧/૨૦ ભાગનું રોકાણ કરી શકો છો, એટલે કે જો તમે રૂ. ૧,૦૦,૦૦૦નું રોકાણ કરવાનો નિર્ણય કર્યો હોય તો તમે આ સ્તર પર પહેલા ૫,૦૦૦ રૂપિયાનું રોકાણ કરી શકો છો.'

ચંદુએ તર્ક કર્યો, 'પરંતુ સર, તમે કહ્યું હતું કે હું ૨૦૦ ડી.એમ.એ.થી ૧૫ ટકા વધુ થવા સુધી રાહ જોઉં ?'

'હા મિત્ર, પરંતુ મારો એ નિયમ પણ ન ભૂલીશ કે જ્યારે પણ તમારા શૅરની ટકાવારી વેરિએશન ૨૦૦ ડી.એમ.એ.માં (-)થી (+)નો સુધારો થયો હોય તો તે સમયને પોતાનો પ્રારંભિક પૉઇન્ટ માનો,' મેં જવાબ આપ્યો.

'ઠીક છે, સર હું સમજી ગયો કે ૩ સપ્ટેમ્બર, ૨૦૦૭ને અરવિંદના ભાવમાં ટકાવારી વેરિએશનમાં -૧.૦૩ ટકાથી +૫.૮૯ ટકાનો ફેરફાર થયો છે. તેથી હું અહીંથી શરૂઆત કરું છું અને નજીકના ભવિષ્યમાં જ્યારે પણ એવી સ્થિતિ આવે તો તેને શરૂઆતનું નવું સ્તર સમજું.'

'હા, આ જ વાત ઘટાડા પર પણ લાગુ થાય છે. જ્યારે પણ તમારા શૅરનું ટકાવારી વેરિએશન ૨૦૦ ડી.એમ.એ.થી (+)થી (-) નીચે જાય તો એવા સમયને નવી ખરીદીનો પૉઇન્ટ માનવો જોઈએ.'

ચંદુ મારી વાત સમજી ગયો અને તેણે ૩ સપ્ટેમ્બર, ૨૦૦૭ના રોજ ૫૧.૫૦ના બંધ ભાવ પર 'બાય' ઑર્ડર આપી દીધો. તેની સાથે જ મેં તેને એ પણ સલાહ આપી હતી, જ્યારે પણ તમે બંધ બજાર પર 'બાય' ઑર્ડર કરો ત્યારે લિમિટ પ્રાઇસમાં ભાવ ૧ ટકા ઉપર રાખો, કારણ કે જો શૅર ટેકનિકલ રીતે મજબૂત હોય તો શક્ય છે કે આગામી કારોબારી સત્રમાં તે ઘણા અંતરથી ખૂલે. આગામી દિવસે આ શૅર ૫૧.૫૦થી વધુ પર ખૂલે અને કામકાજના આખા દિવસમાં ૫૧.૫૦ પર ન આવે તો તમે તેને ખરીદવાની તક ગુમાવી બેસો.

બંધ બજારમાં ખરીદીનો આદેશ આપવા માટે @૫૧.૫૦ પ્રતિ શૅરની જગ્યાએ એક ટકા વધુ ભાવ, એટલે કે ૫૧.૫૦ના એક ટકા થશે - ૦.૫૧, તેથી તમે તમારી લીમીટ પ્રાઇસ ૫૧.૫૦ + ૦.૫૧ = ૫૨.૦૧ રાખો. તેનાથી આગળ કામકાજના સત્રમાં તમારા શૅરની ખરીદી સુનિશ્ચિત થઈ જશે.

બીજી બાજુ, આગામી દિવસે શૅર ૫૨.૦૧ની નીચે ખૂલે તો ઓછો ભાવ હોવાના કારણે એક્સચેન્જ આપમેળે જ તેને તમારા માટે ખરીદી લેશે અને તમારે તેની ચિંતા નહીં કરવી પડે.

આમ, ચંદુએ તેનો બંધ બજાર ખરીદીનો આદેશ @૫૨.૦૧ પ્રતિ શૅર રાખ્યો અને આગામી સત્ર ૪ સપ્ટેમ્બર, ૨૦૦૭ના રોજ ૯૬ શૅર ખરીદવાનો આદેશ આપી દીધો.

ચંદુએ કુલ ૯૬ શૅર ખરીદવામાં ૪,૯૯૨.૯૬નું રોકાણ કર્યું. (ગણતરીને સરળ રાખવા માટે હું આ ઉદાહરણમાં દલાલીની રકમ સામેલ નથી કરતો) ચંદુ પાસે રકમ બચી ૧,૦૪,૦૦૦ - ૪,૯૯૨.૯૬ = ૯૯.૦૦૭.૦૪.

૧૩ સપ્ટેમ્બર ૨૦૦૭ના અરવિંદના શૅર ૫૪ રૂપિયા પર બંધ થયા. તે દિવસે તે ૨૦૦ ડી.એમ.એ.થી ૧૦.૨૨ ટકા વધુ હતા. નીચે અપાયેલા કોઠામાં જુઓ -

ચંદુ એમ.એસ. એક્સેલ સીટ (શૅર જિનિયસ સોફ્ટવેર અને અરવિંદ લિ.)				
તારીખ	બંધ ભાવ	૨૦૦ ડી.એમ.એ.	ફેરફાર	તફાવત
૬ સપ્ટે.,૦૭	૫૨.૨૫	૪૮.૪૪	૩.૮૧	૭.૨૯
૭ સપ્ટે.,૦૭	૫૦.૯૫	૪૮.૪૪	૨.૫૧	૪.૯૩
૧૦ સપ્ટે.,૦૭	૫૨	૪૮.૪૫	૩.૫૫	૬.૮૨
૧૧ સપ્ટે.,૦૭	૫૨.૫૫	૪૮.૪૬	૪.૦૯	૭.૭૮
૧૨ સપ્ટે.,૦૭	૫૧.૪	૪૮.૪૬	૨.૯૪	૫.૭૨
૧૩ સપ્ટે.,૦૭	૫૪	૪૮.૪૮	૫.૫૨	૧૦.૨૨

તેણે મારા નિયમ પર ચાલતા ૧૩ સપ્ટેમ્બર, ૨૦૦૭ની રાતે બંધ બજાર ઑર્ડર આપી દીધો. પોતાના બંધ બજાર ઑર્ડરમાં ચંદુએ બજાર ખૂલવાનું અંતર પાર કરવા માટે ૫૪ના ૧ ટકા = ૦.૫૪ની રકમ વધારી દીધી. ૧૪ સપ્ટેમ્બર, ૨૦૦૭ના બજાર ખૂલતા ચંદુએ @૫૪ + ૦.૫૪ = ૫૪.૫૪ પ્રતિ શૅરના દરથી ૯૨ શૅર વધુ ખરીદવાનો આદેશ આપ્યો.

ચંદુએ ૧૪ સપ્ટેમ્બર, ૨૦૦૭ના રોજ ૯૨ શૅર @૫૪.૫૪ પ્રતિ શૅરના દરે ખરીદ્યા અને ૫,૦૧૭.૬૮ રૂપિયાનું રોકાણ કર્યું (દલાલી વિના, હું પહેલાંથી જ કહી ચૂક્યો છું કે ગણતરીમાં સરળતા માટે આપણે દલાલીની અવગણના કરીશું.) હવે તેની બાકી રકમ હતી - ૯૯,૦૦૭.૦૪ - ૫,૦૧૭.૬૮ = ૯૩,૯૮૯.૩૬ અને તેની પાસે અરવિંદ મિલ્સના ૯૬ + ૯૨ શૅર = ૧૮૮ શૅર હતા. ૧૯ સપ્ટેમ્બર, ૨૦૦૭ના ચંદુ અને ચિંકી એક હોટેલમાં ફરીથી મળ્યા અને તેમણે પોતાના પોર્ટફોલિયોની ચર્ચા કરી. ચિંકીની સ્થિતિ આ હતી -

ચિંકી પાસે ૭૧૦ શૅર હતા અને તેના રોકાણનું બજાર મૂલ્ય ૭૧૦ x ૫૦.૬૦ = ૩૫,૯૨૬ હતું અને તે ૬૪,૦૭૪ના અંદાજિત નુકસાનનો સામનો કરી રહી હતી.

બીજી બાજુ ચંદુ પાસે ૧૮૮ શૅર હતા અને તેના આ ૧૮૮ શૅરોનું બજાર મૂલ્ય ૧૮૮ X ૫૦.૬૦ = ૯,૫૧૨.૮૦ હતું.

પાછલા ૧૧ મહિનાથી ચંદુના બચત ખાતામાં ૧,૦૪,૦૦૦ રૂપિયા હતા અને બાર મહિનામાં તેણે આ બાકીની રકમમાંથી ૧૦,૧૨૦ રૂપિયાનું રોકાણ કર્યું હતું. તેની સાથે જ તેને આ વર્ષે બચત ખાતા પર ૪ ટકાના દરથી ૪,૦૨૦ રૂપિયાનું વ્યાજ પણ મળ્યું હતું.

ચંદુ પાસે કુલ રકમ હતી - ૯૩,૮૮૦ + ૪,૦૨૦ = ૯૭,૯૦૦

ચંદુની કુલ સંપત્તિ થઈ - ૯૭,૯૦૦ રોકડ + ૯,૬૧૨.૮૦ ઇક્વિટી ૧,૦૭,૪૧૨.૮૦.

તો જીત કોની થઈ ?

ચોક્કસ ચંદુ વિજયી રહ્યો. ચિંકીને ગયા વર્ષે આપેલા વચન મુજબ આઈસક્રીમ પાર્ટી આપવાની હતી, પરંતુ ચંદુએ પાર્ટી લેવાનો ઈનકાર કરી દીધો, ‘ચિંકી, તને પહેલાં જ નુકસાન થઈ ગયું છે, તેથી આઈસક્રીમ પાર્ટીનું બીલ હું ચૂકવીશ. મને લાગે છે કે પોતાના નુકસાનની ભરપાઈ માટે તારે મહેશ કૌશિકજીના ‘લૉસ રિકવરી આઈડિયા’ (નુકસાન વસૂલી વિચાર)નો ઉપયોગ કરવો જોઈએ.’

ચિંકીએ આશ્ચર્યથી પૂછ્યું, ‘આ કયો વિચાર છે, ચંદુ ?’

ચંદુએ કહ્યું, ‘તેમના પુસ્તક ‘શૅર માર્કેટમાં જીતવાના સિદ્ધાંત’ના પ્રકરણ ૨૬માં તેમણે આ વિચાર રજૂ કર્યો છે. તે કહે છે કે જ્યારે તમારા શૅર ૨૦૦ ડી.એમ.એ.માં લઘુતમ ભાવથી ગુરુત્તમ ભાવ પર પહોંચી જાય અને તમને તમારી પાસે રાખેલા શૅરોમાં નુકસાન થઈ રહ્યું હોય તો આ સ્તર પર સરેરાશ કાઢીને આ શૅરોમાં બમણું રોકાણ કરી દો.’

ચંદુએ રોકાઈને ઊંડો શ્વાસ લીધો અને બોલવાનું ચાલુ રાખ્યું.

‘તું ૧,૦૦,૦૦૦ રૂપિયા પહેલાં જ રોકાણ કરી ચૂકી છે અને તારી પાસે અરવિંદ મિલ્સના ૭૧૦ શૅર છે. હવે આ શૅર ૨૦૦ ડી.એમ.એ.માં લઘુતમથી ગુરુત્તમ સ્તર પર પહોંચી ગયા છે. તો આ વિચાર મુજબ હવે ૫૦.૬૦ના આ સ્તર પર તારે તેમાં ૨,૦૦,૦૦૦ રૂપિયા વધુ રોકવા જોઈએ.

ત્યાર પછી જો તું આ રીતથી સરેરાશ વસૂલી કરવા માગતી હોય તો તારે ૫૦.૬૦ના સ્તર પર ૩,૯૫૩ શેર વધુ ખરીદવા જોઈએ, જેથી તારો હોલ્ડિંગ ભાવ ઘટીને ૬૪.૩૩ રૂપિયા પ્રતિ શેર (૩,૦૦,૦૦૦/૪,૬૬૩ = ૬૪.૩૩) થઈ જશે. મહેશ કૌશિકજીના મુજબ આવા ૮૦ ટકા કેસોમાં ૬૪.૩૩નો દર એક - બે મહિનામાં પહોંચી જાય છે, અને આ રીતે તમે તમારું બધું જ નુકસાન વસૂલી શકો છો.'

ચિંકીએ ચંદુની વાત માની અને મારા નુકસાન વસૂલીના વિચાર અંગે વિસ્તારથી જાણવા માટે મારું 'શેર માર્કેટમાં જીતવાના સિદ્ધાંત' મંગાવી લીધું.

❑

ચિંકીની અરવિંદના શૅરોમાં સરેરાશ વસૂલાત

૨૦ સપ્ટેમ્બર, ૨૦૦૭ના રોજ ચિંકી તેના નુકસાનમાં ચાલી રહેલા શૅરોની સરેરાશ વસૂલી ઇચ્છતી હતી. ચંદુની સલાહ માનીને તેણે તેના માટે મારી 'સ્માર્ટ એવરેજ આઉટ પદ્ધતિ'નો ઉપયોગ કર્યો અને ૫૦.૬૦ના સ્તર પર વધુ ૨,૦૦,૦૦૦ રૂપિયાનું રોકાણ કરી દીધું.

ચિંકીએ ૫૦.૬૦ના દરથી વધુ ૩,૯૫૩ શૅર ખરીદી લીધા.

આ રીતે સરેરાશ કાઢ્યા પછી ચિંકી પાસે અરવિંદ મિલ્સના ૩,૯૫૩ + ૭૧૦ = ૪,૬૬૩ શૅર થઈ ગયા અને તેનો હોલ્ડિંગ ખર્ચ ઘટીને ૬૪.૩૩ રૂપિયા પ્રતિ શૅર (૩,૦૦,૦૦૦/૪,૬૬૩ = ૬૪.૩૩) થઈ ગયો.

આ વાત વાંચવાનું શરૂ કરતાં પહેલાં ડાઉનલોડ કરેલી તમારી એક્સેલ શીટમાં ૪ ઑક્ટોબર, ૨૦૦૭નો બંધ ભાવ જુઓ. જો તમે તમારી આ શીટ ડાઉનલોડ ન કરી હોય તો આ કોઠામાં જૂઓ -

ચંદુ એમ.એસ. એક્સેલ સીટ

(શૅર જિનિયસ સોફ્ટવેર અને અરવિંદ લિ.)

તારીખ	બંધ ભાવ	૨૦૦ ડી.એમ.એ.	ફેરફાર	તફાવત
૨૬ સપ્ટે.,૦૭	૫૯.૭૧	૪૮.૪૧	૧૧.૩૦	૧૮.૯૧
૨૭ સપ્ટે.,૦૭	૫૮.૨	૪૮.૪૭	૯.૭૩	૧૬.૭૨

૨૮ સપ્ટે.,૦૭	૬૧.૯	૪૮.૫૧	૧૩.૩૯	૨૧.૬૩
૧ ઑક્ટો.,૦૭	૬૩	૪૮.૫૭	૧૪.૪૩	૨૨.૯૦
૩ ઑક્ટો.,૦૭	૬૧.૫	૪૮.૬૪	૧૨.૮૬	૨૦.૯૧
૪ ઑક્ટો.,૦૭	૬૫.૩	૪૮.૭૧	૧૬.૫૯	૨૫.૪૦

ચિંકીને આશ્ચર્ય થયું કે ૧૫ દિવસમાં જ ૪ ઑક્ટોબર, ૨૦૦૭ના રોજ તેની સરેરાશ વસૂલીવાળા શૅર @૬૫.૩૦ ઉપર બંધ થયો. તેના નુકસાનની સંપૂર્ણ ભરપાઈ થઈ ગઈ અને હવે તે નફામાં હતી, કારણ કે હવે તેના પોર્ટફોલિયોનું બજાર મૂલ્ય ૪,૬૬૩ X ૬૫.૩૦ = ૩,૦૪,૪૯૩.૯૦ હતું. જો તે આ સમયે પોતાના શૅર વેચી દે તો તેને ૪,૪૯૩.૯૦ રૂપિયાનો નફો થશે.

ચંદુએ તેને ફોન કર્યો, ‘હેલો ચિંકી, અભિનંદન. મને લાગે છે કે હવે તું તારા શૅર ૬૫.૩૦ના દરે વેચીને નુકસાનનો પીછો છોડાવી શકે છે. મારા વિચારથી હવે તું સમજી ગઈ હોઈશ કે કૌશિકજી હંમેશા શું કહેવા માગતા હતા ?’

ચિંકીએ જવાબ આપ્યો, ‘હા ચંદુ, હવે તો હું પણ મહેશ કૌશિકજીની ચાહક બની ગઈ છું. પરંતુ મારો પ્રોફિટ બુક કરતા પહેલાં હું તને એક વાત પૂછવા માગું છું કે તારી પાસે હજી અરવિંદના કેટલા શૅર છે ?’

ચંદુએ જવાબ આપ્યો, ‘ચિંકી, તું જાણતી જ હોઈશ કે ૧૯ સપ્ટેમ્બર, ૨૦૦૭ના રોજ મારી પાસે અરવિંદના ૧૮૮ શૅર હતા. પરંતુ જેવા શૅરના ભાવ વધ્યા, મારા સોફ્ટવેરે આપમેળે જ નવી ખરીદીની સલાહ આપી દીધી અને મેં ૨૦૦ ડી.એમ.એ.ના ૧૫ ટકાથી ૨૦ ટકા ચઢતા વધુ ૧૬૩ શૅર ખરીદી લીધા. હાલ મારી પાસે ૩૫૧થી વધુ શૅર છે અને મારું સોફ્ટવેર બતાવી રહ્યું છે કે આજે શૅર ૨૦૦ ડી.એમ.એ.થી ૨૫.૪૦ ટકા વધીને બંધ થયા છે. તેથી આગામી કામકાજના સત્રમાં હું વધુ ૭૬ શૅર ખરીદવાનો છું.’

આગળ વધતા પહેલાં હું ચંદુની ખરીદી અંગે જણાવી દેવા માગું છું. પોતાની એક્સેલ શીટમાં જુઓ, જે તમે આ પુસ્તક વાંચવાનું શરૂ કરતી વખતે ડાઉનલોડ કરી હતી અથવા આ કોઠો જુઓ -

ચંદુ એમ.એસ. એક્સેલ સીટ (શેર જિનિયસ સોફ્ટવેર અને અરવિંદ લિ.)				
તારીખ	**બંધ ભાવ**	**૨૦૦ ડી.એમ.એ.**	**ફેરફાર**	**તફાવત**
૨૬ સપ્ટે.,૦૭	૫૯.૭૫	૪૮.૪૫	૧૧.૩૦	૧૮.૯૧
૨૭ સપ્ટે.,૦૭	૫૮.૨	૪૮.૪૭	૯.૭૩	૧૬.૭૨
૨૮ સપ્ટે.,૦૭	૬૧.૯	૪૮.૫૧	૧૩.૩૯	૨૧.૬૩
૧ ઑક્ટો.,૦૭	૬૩	૪૮.૫૭	૧૪.૪૩	૨૨.૯૦
૩ ઑક્ટો.,૦૭	૬૧.૫	૪૮.૬૪	૧૨.૮૬	૨૦.૯૧
૪ ઑક્ટો.,૦૭	૬૫.૩	૪૮.૭૧	૧૬.૫૯	૨૫.૪૦

૨૬ સપ્ટેમ્બર, ૨૦૦૭ના રોજ અરવિંદ ૨૦૦ ડી.એમ.એ.થી ૧૮.૯૧ ટકા વધુ પર બંધ થયો. ચંદુ ૫ ટકા અને ૧૦ ટકા પર પહેલા જ શેર ખરીદી ચૂક્યો હતો અને હવે તે ૧૫ ટકાની વધારાની ખરીદી માટે તૈયાર હતો.

બજાર બંધ થતી વખતે શેરનો ભાવ ૨૦૦ ડી.એમ.એ.થી ૧૮.૯૧ ટકા વધુ થઈ ગયો હતો. આથી, ચંદુએ તેના ૧૫ ટકાનો આગામી લૉટ બૂક કરી દીધો. એટલે કે તેણે ખરીદ ભાવના અંતર ૫૯.૭૫ + ૦.૫૯ = ૬૦.૩૪ પર ૫,૦૦૮.૨૨ના રોકાણથી વધુ ૮૩ શેર ખરીદી લીધા. હવે તેની પાસે કુલ શેર ૧૮૮ + ૮૩ = ૨૭૧ અને રોકડ ૯૩,૦૦૧.૧૪ હતા.

૨૮ સપ્ટેમ્બર, ૨૦૦૭ના રોજ

બંધ ભાવ ૬૧.૯૦

૨૦૦ ડી.એમ.એ.થી ૨૧.૬૩ ટકા વધુ

હવે સમય હતો ૨૦+ના વધારાની ખરીદીનો.

૮૦ શૅર @૬૨.૫૧ (૬૧.૯૦ + ૦.૬૧) પર વધુ

નવું રોકાણ = ૮૦ ટ ૬૨.૫૧ = ૫,૦૦૦.૮૦

૨૯ સપ્ટેમ્બર, ૨૦૦૭ના કુલ શૅર - ૨૭૧ + ૮૦ = ૩૫૧.

રોકડ બાકી = ૯૩,૦૦૧.૧૪ - ૫,૦૦૦.૮૦ = ૮૮,૦૦૦.૩૪

ગણતરીમાં સરળતા રહે તે માટે આ ઉદાહરણોમાં મેં દલાલીનો સમાવેશ કર્યો નથી.

૪ ઑક્ટોબર, ૨૦૦૭ના રોજ

બંધ ભાવ ૬૫.૩૦

૨૦૦ ડી.એમ.એ.થી ૨૫.૪૦ ટકા વધુ

હવે સમય હતો ૨૫+ના વધારાની ખરીદીનો.

૭૬ શૅર @૬૫.૯૫ (૬૫.૯૫ + ૦.૬૫) પર વધુ ખરીદો

નવું રોકાણ = ૭૬ ટ ૬૫.૯૦ = ૫,૦૧૨.૨૦

રોકડ બાકી = ૮૮,૦૦૦.૩૪ - ૫,૦૧૨.૨૦ = ૮૨,૯૮૮.૧૪

૫ ઑક્ટોબર, ૨૦૦૭ના કુલ શૅર - ૩૫૧ + ૭૬ = ૪૨૭.

ગણતરીમાં સરળતા રહે તે માટે આ ઉદાહરણોમાં મેં દલાલીનો સમાવેશ કર્યો નથી.

હવે ફરીથી આપણી વાત પર પાછા ફરીએ છીએ.

ચંદુની વાત સાંભળીને ચિંકીએ તર્ક આપ્યો, ‘ચંદુ, શું તું ગાંડો થઈ ગયો છે ? તું પોતે તો ૭૬ શૅર ખરીદવાનો છે અને મને મારા શૅર વેચવાની સલાહ આપી રહ્યો છે ? શું તને તેમાં કોઈ તર્ક દેખાય છે ? મને તો લાગી રહ્યું છે કે આ શૅરે વધવાનું શરૂ કરી દીધું છે અને એક દિવસ મારું સપનું જરૂર સાચું થશે કે અરવિંદ મિલ્સના શૅર ૪૧૫ રૂપિયા થઈ જશે. તે માત્ર ૪૧૫ રૂપિયાના ઊંચા ભાવને સ્પર્શે જ નહીં, પરંતુ અરવિંદ મિલ્સના ડીમર્જર પછી અરવિંદ લિ. અને અરવિંદ ઈન્ફ્રાસ્ટ્રક્ચર નામથી બે કંપનીઓ પણ બની જશે. તેથી હજી હું તેને મારી પાસે જ રાખીશ. હું દસ-વીસ વર્ષવાળી

લાંબાગાળાની રોકાણકાર છું, તેથી હું દસ-વીસ વર્ષ પહેલાં પોતાના શૅર નહીં વેચું.'

ચંદુએ જવાબ આપ્યો, 'પરંતુ ચિંકી, તું તારું નુકસાન પૂરું કરવા માગતી હતી અને હવે, જ્યારે તેં તે પૂરું કરી લીધું છે તો તું તારું મન કેમ બદલી રહી છે ?'

'મેં મારું મન એટલા માટે બદલ્યું, કારણ કે તું હજી આ શૅર ખરીદવા માગે છે અને તારું સોફ્ટવેર તને વેચવાની સલાહ આપશે ત્યારે જ હું તે શૅર વેચીશ.'

'માય ડિયર, અરવિંદના ૨૦૦ ડી.એમ.એ.થી -૫ ટકા નીચે જવા પર મારા સોફ્ટવેરે વેચવાના સંકેત આપ્યા હતા. તે દરમિયાન તેં ફરી નુકસાન કર્યું અને નુકસાન કરવા છતાં તે વેચ્યા નહીં.'

'ના ચંદુ, જો તને નુકસાનની ચિંતા ન હોય તો મારા માટે પણ અત્યારે મારા શૅર વેચવામાં સમજદારી નથી.'

છેવટે ચિંકીએ મારા 'નુકસાન વસૂલી વિચાર'માં પોતાની લાલચનો મસાલો નાંખી દીધો અને નુકસાનની વસૂલી થવા છતાં તેના શૅર હોલ્ડ પર રાખ્યા.

❑

શૅરબજારમાં વર્ષ ૨૦૦૮ના સૌથી મોટા ઘટાડા દરમિયાન શું થયું ?

હું એક પ્રમાણિક માણસ છું, તેથી આ વાર્તાની શરૂઆત ૧૯ સપ્ટેમ્બર, ૨૦૦૫થી કરીશ, કારણ કે હું તમને મારી ફૉર્મ્યુલા સામે ઊભી થયેલી સૌથી ખરાબ પરિસ્થિતિથી માહિતગાર કરાવવા માગું છું. આ વર્ષ ૨૦૦૮માં ભારતીય અને આંતરરાષ્ટ્રીય શૅરબજારો વૈશ્વિક ઈતિહાસના સૌથી મોટા કડાકાનો સામનો કરવાના હતા.

આ પ્રકરણમાં હું તમને જણાવીશ કે જો તમે મારા સોફ્ટવેર મુજબ શૅરોને હોલ્ડ કરો છો તો શૅરબજારમાં ઘટાડો આવતા તમારા માટે સ્થિતિ કેટલી હદ સુધી ખરાબ થઈ શકે છે.

હવે આપણે ફરીથી ચંદુના સોફ્ટવેર પર પાછા ફરીએ છીએ. આપણી એક્સેલ શીટ અથવા આ કોઠો જુઓ -

ચંદુ એમ.એસ. એક્સેલ સીટ (શૅર જિનિયસ સોફ્ટવેર અને અરવિંદ લિ.)				
તારીખ	**બંધ ભાવ ડી.એમ.એ.**	**૨૦૦**	**ફેરફાર**	**તફાવત**
૧૫ ઑક્ટો.,૦૭	૭૨.૭	૪૯.૨૦	૨૩.૫૦	૩૨.૩૨
૧૬ ઑક્ટો.,૦૭	૭૦.૩૫	૪૯.૩૦	૨૧.૦૫	૨૯.૯૩
૧૭ ઑક્ટો.,૦૭	૬૭.૧૫	૪૯.૩૭	૧૭.૭૮	૨૬.૪૮
૧૮ ઑક્ટો.,૦૭	૬૬.૮૫	૪૯.૪૪	૧૭.૪૧	૨૬.૦૪

૧૫ ઑક્ટોબર, ૨૦૦૭ના

બંધ ભાવ ૭૨.૭૦

૨૦૦ ડી.એમ.એ.થી ૩૨.૩૨ ટકા વધુ

હવે સમય હતો ૩૫+ના વધારાની ખરીદીનો

૬૯ શૅર @ ૭૩.૪૨ (૭૨.૭૦ + ૦.૭૨) પર વધુ ખરીદ્યા

નવું રોકાણ - ૬૯ ટ ૭૩.૪૨ = ૫,૦૬૫.૯૮

બાકી રોકડ - ૮૨,૯૮૮.૧૪ - ૫,૦૬૫.૯૮ = ૭૭,૯૨૨.૧૬

૧૬ ઑક્ટોબર, ૨૦૦૭ના કુલ શૅર - ૪૨૭ + ૬૯ = ૪૯૬

ગણતરીમાં સરળતા માટે આ ઉદાહરણોમાં મેં દલાલીનો સમાવેશ નથી કર્યો.

ચંદુ એમ.એસ. એક્સેલ સીટ (શૅર જિનિયસ સોફ્ટવેર અને અરવિંદ લિ.)				
તારીખ	**બંધ ભાવ ડી.એમ.એ.**	**૨૦૦**	**ફેરફાર**	**તફાવત**
૪ ડિસે. ૦૭	૮૦.૯	૫૨.૦૪	૨૮.૮૬	૩૫.૬૭
૫ ડિસે. ૦૭	૭૯.૫૫	૫૨.૧૭	૨૭.૩૮	૩૪.૪૨
૬ ડિસે. ૦૭	૭૬.૮	૫૨.૨૯	૨૪.૫૧	૩૧.૯૨

૪ ડિસેમ્બર, ૨૦૦૭ના

બંધ ભાવ ૮૦.૯૦

૨૦૦ ડી.એમ.એ.થી ૩૫.૬૭ ટકા વધુ

હવે સમય હતો ૩૫ ટકા + વધારાની ખરીદીનો

૬૧ શૅર @૮૧.૭૦ (૮૦.૯૦ + ૦.૮૦) પર ખરીદ્યા

નવું રોકાણ - ૬૧ X ૮૧.૭૦ = ૪,૯૮૩.૭૦

બાકી રોકડ - ૭૭,૯૨૨.૧૬ - ૪,૯૮૩.૭૦ = ૭૨,૯૩૮.૪૬

૫ ડિસેમ્બર, ૨૦૦૭ના કુલ શૅર - ૪૯૬ + ૬૧ = ૫૫૭

ગણતરીમાં સરળતા માટે આ ઉદાહરણોમાં મેં દલાલીનો સમાવેશ નથી કર્યો.

૩૧ ડિસેમ્બર, ૨૦૦૭ના નવા વર્ષની પાર્ટી 'વેલકમ ૨૦૦૮'માં ચંદુ અને ચિંકીની મુલાકાત થઈ અને ત્યાં બંનેએ ફરી એક વખત તેમના પોર્ટફોલિયો અંગે વાત કરી.

આ વખતે અરવિંદનો બંધ ભાવ ૯૦.૫૫ હતો.

ચિંકી પાસે ૪,૬૬૩ શૅર હતા, જેનું બજાર મૂલ્ય ૪,૬૩૩ x ૯૦.૫૫ =૪,૨૨,૨૩૪.૬૫ રૂપિયા હતું. તેથી ચિંકી ૧,૨૨,૨૩૪.૬૫ના ચોખ્ખા ફાયદામાં હતી અને ચંદુ પાસે ૫૫૭ શૅર હતા, અને તેના શૅરોનું બજાર મૂલ્ય ૫૫૭ x ૯૦.૫૫ = ૫૦,૪૩૬.૩૫ હતું.

આ સિવાય ચંદુ પાસે ૭૨,૯૩૮.૪૬ રૂપિયાની રોકડ પણ હતી.

ચંદુની કુલ સંપત્તિ ૫૦,૪૩૬.૩૫ + ૭૨,૯૩૮.૪૬ = ૧,૨૩,૩૭૪.૮૧ હતી.

તે બંને ખુશ હતા અને નવા વર્ષની પાર્ટીનો આનંદ લઈ રહ્યા હતા. ચંદુએ ચિંકીને ફરી એક વખત કહ્યું, 'ચિંકી, માની લે, અરવિંદ મિલ્સનો ભાવ લગભગ ૫૦ સુધી ઘટી જાય અને તારો પોર્ટફોલિયો ફરી એક વખત નુકસાનમાં આવી જાય, તો આ સ્થિતિમાં તું નુકસાન સહન કરીશ કે વધુ થોડો સમય રાહ જોઈશ ?'

ચિંકીએ જવાબમાં કહ્યું, 'ચંદુ, તેં વોરેન બફેટનું નામ સાંભળ્યું છે ?'

ચંદુએ કહ્યું, 'હા, હું તેમને ઓળખું છું. તે અમેરિકાના ખૂબ જ મોટા રોકાણકાર છે.'

ચિંકીએ પૂછ્યું, 'શું તું તેમની રોકાણની રણનીતિ વિશે જાણે છે ?'

ચંદુએ કહ્યું, 'ના, પરંતુ જો તું વોરેન બફેટની રોકાણ નીતિ પર પ્રકાશ પાડીશ તો મને આનંદ થશે.'

ત્યારે ચિંકીએ તેને એક વાર્તા સંભળાવી -

'વોરેન બફેટે ૧૧ વર્ષની વયે પહેલી વખત શૅર ખરીદ્યા. તેમણે સિટીઝ સર્વિસ (હવે એક ક્રૂડ કંપની, જે સી.આઈ.ટી.જી.ઓ.ના નામથી ઓળખાય છે)ના ૩૮ ડૉલર પ્રતિ શૅરના દરે ૬ શૅર ખરીદ્યા હતા. તેમાંથી તેમણે ૩

પોતાના માટે અને ૩ તેમની બહેન ડોરિસ માટે ખરીદ્યા હતા.'

'તે સમયે તેમની પાસે એટલા જ નાણાં હતા. તેમણે એટલી ઓછી વયમાં ડાયવર્સિફિકેશન ન કરવાનો અભ્યાસ કર્યો અને તેમના સંપૂર્ણ રોકાણ કેરિયર દરમિયાન તે ચાલુ રાખ્યું.'

'શૅરના ભાવ ગગડીને ૨૭ ડૉલરના થઈ ગયા. પરંતુ ઝડપથી તે ૪૦ ડૉલર સુધી પહોંચી ગયા. તેમણે ૪૦ના ભાવ પર તેમના શૅર વેચી દીધા. પરંતુ તે શૅર આગામી કેટલાક વર્ષમાં ઝડપથી વધીને ૨૦૨ ડૉલર સુધી પહોંચી ગયા. પાછળથી તેમણે તેમના આ અનુભવને રોકાણ દરમિયાન ધીરજ રાખવાનો પ્રારંભિક બોધપાઠ ગણાવ્યો.'

'તેથી ચંદુ, હું વૉરેન બફેટને અનુસરું છું અને હું મારા શૅર નુકસાનમાં ક્યારેય નહીં વેચું.'

ચંદુ ચૂપચાપ તેના ડ્રિંકનો આનંદ લેતો રહ્યો.

૨૧ જાન્યુઆરી, ૨૦૦૮ના ભારતીય અને આંતરરાષ્ટ્રીય શૅરબજારોમાં મોટો કડાકો આવ્યો અને અરવિંદના શૅર ૭૧.૧૦થી ઘટીને ૫૩.૯૫ પર પહોંચી ગયો.

આપણી એક્સેલ શીટ અથવા આ કોઠો જુઓ -

ચંદુ એમ.એસ. એક્સેલ સીટ (શૅર જિનિયસ સોફ્ટવેર અને અરવિંદ લિ.)				
તારીખ	બંધ ભાવ	૨૦૦ ડી.એમ.એ.	ફેરફાર	તફાવત
૧૭ જાન્યુ.,૦૮	૭૬.૩	૫૭.૨૬	૧૯.૦૪	૪.૯૫
૧૮ જાન્યુ.,૦૮	૭૧.૧	૫૭.૪૧	૧૩.૬૯	૧૯.૨૬
૨૧ જાન્યુ.,૦૮	૫૩.૯૫	૫૭.૪૬	-૩.૫૧	-૬.૫૧
૨૨ જાન્યુ.,૦૮	૪૧.૭૫	૫૭.૪૫	-૧૫.૭૦	-૩૭.૬૧
૨૩ જાન્યુ.,૦૮	૪૮.૫૫	૫૭.૪૬	-૮.૯૧	-૧૮.૩૬

આમ, ૨૧ જાન્યુઆરી, ૨૦૦૮ના અરવિંદના શૅર ૨૦૦ ડી.એમ.એ.થી -૬.૫૧ ટકા નીચે બંધ થયા હતા. શૅર ૨૦૦ ડી.એમ.એ.થી -૫ ટકાના ઘટાડા પર બંધ થયા. આ વેચવાની શરૂઆત કરવાનો સંકેત હતો.

'પહેલા આવો, પહેલા મેળવો'ના નિયમના પગલે ચંદુ પહેલા લૉટના એ ૯૬ શૅર વેચવા માગતો હતો, જે તેણે ૪ ડિસેમ્બર, ૨૦૦૭ના જ ૫૨.૧ ૫૨ ખરીદ્યા હતા. તેથી તેણે ૨૧ જાન્યુઆરી, ૨૦૦૮ના ૧ ટકા ઓછા ૫૨ ૯૬ શૅર વેચવાનો સેલ ઑર્ડર પણ આપ્યો. મારા નિયમ મુજબ, જ્યારે આપણે બંધ બજાર ખરીદ ઑર્ડર આપીએ છીએ તો આપણે તેમાં ૧ ટકા વધુ ભાવ ભરવો જોઈએ અને આપણે વેચવાનો ઑર્ડર ભરતા હોઈએ તો આપણે તેમાં ૧ ટકા ઓછો ભાવ ભરવો જોઈએ, જેનાથી બજાર ખૂલવાના ઊંચા અથવા નીચા અંતરથી વેચી શકાય.

અહીં ચંદુએ ૨૨ જાન્યુઆરી, ૨૦૦૮ના આગામી કામકાજના સત્રમાં ૯૬ શૅર વેચવા માટે ૫૩.૯૫ - ૦.૫૩ = ૫૩.૪૨ની લિમિટ પ્રાઈસ ભરી.

હું પહેલાં જ જણાવી ચૂક્યો છું કે વર્ષ ૨૦૦૮ના શૅરબજારનો ઘટાડો વિશ્વનો સૌથી મોટો કડાકો હતો. આથી, ૨૨ જાન્યુઆરી, ૨૦૦૮ના અરવિંદનો શૅર ૪૯ ૫૨ ખૂલ્યો અને ૫૨.૫૦ની ટોચને સ્પર્શી ગયો.

૨૨ જાન્યુઆરી, ૨૦૦૮ના ચંદુની ૫૩.૪૨ની લિમિટ પ્રાઈસ ન આવી. આ જ કારણ છે કે જ્યારે તમે આગામી દિવસે વેચવા માગતા હોવ તો હું બંધ ભાવથી ૧ ટકા ઓછો ભરવા કહું છું.

આ વર્ષ ૨૦૦૮ના સૌથી મોટા શૅરબજાર કડાકાથી ઊભી થયેલી અસાધારણ પરિસ્થિતિ હતી, અન્યથા આગામી કામકાજના સત્ર માટે બંધ બજાર લિમિટ ઑર્ડર માટે ૧ ટકા ઓછો અથવા ૧ ટકા વધુનો ભાવ પર્યાપ્ત હોત.

૨૨ જાન્યુઆરી, ૨૦૦૮ના અરવિંદના શૅર ૪૧.૭૫ ઉપર બંધ થયો, જે ૨૦૦ ડી.એમ.એ.થી - ૩૭.૬૧ ટકા નીચે હતો. આ એક વખતમાં સાત

લૉટ વેચવાનો સંકેત હતો, એક -૫ ટકા, બીજો -૧૦ ટકા, ત્રીજો - ૧૫ ટકા અને આ રીતે તથા છેલ્લે - ૩૫ ટકા માટે સાતમો લૉટ.

સામાન્ય બજારમાં આવી સ્થિતિ ક્યારેય નથી આવતી, જ્યારે મારા શૅર જિનિયસ સોફ્ટવેર એક જ વખતમાં સાત લૉટ વેચવાની સલાહ આપે. પરંતુ વર્ષ ૨૦૦૮નો કડાકો એક મોટો ઘટાડો હતો, જ્યાં બે દિવસની અંદર જ શૅરના ભાવ ૭૧થી ૪૧ ઉપર પહોંચી ગયા હતા.

ચંદુએ @૪૧.૩૪ ઉપર બંધ બજાર ઑર્ડર ભરી દીધો (૨૨ જાન્યુઆરીએ બંધ ભાવ ૪૧.૭૫થી ૧ ટકા ઓછો) અને તેના બધા જ ૭ લૉટ વેચી નાંખ્યા. નીચેનો કોઠો જુઓ -

ચંદુની બૅલેન્સ શીટ ૧૯ સપ્ટેમ્બર, ૨૦૦૫થી				
તારીખ	**ખરીદી**	**દર @**	**કુલ રોકાણ**	**રોકડમાં તફાવત**
૫ સપ્ટે.,૦૭	૯૬	૫૨.૦૧	૪૯૯૨.૯૬	૯૯૦૦૭.૦૪
૧૪ સપ્ટે.,૦૭	૯૨	૫૪.૫૪	૫૦૧૭.૬૮	૯૩૯૮૯.૩૬
૨૭ સપ્ટે.,૦૭	૮૩	૬૦.૩૪	૫૦૦૮.૨૨	૯૩૦૦૧.૧૪
૧ ઑક્ટો.,૦૭	૮૦	૬૨.૫૧	૫૦૦૦.૮	૮૮૦૦૦.૩૪
૫ ઑક્ટો.,૦૭	૭૬	૬૫.૯૫	૫૦૧૨.૨	૮૨૯૮૮.૧૪
૧૬ ઑક્ટો,૦૭	૬૯	૭૩.૪૨	૫૦૬૫.૯૮	૭૭૯૨૨.૧૬
૫ ડિસે., ૦૭	૬૧	૮૧.૭	૪૯૮૩.૭	૭૨૯૩૮.૪૬
કુલ	૫૫૭		૩૫૦૮૧.૫૪	
તારીખ	**ખરીદી**	**દર @**	**કુલ રોકાણ**	**રોકડમાં તફાવત**
૨૩ જાન્યુ.,૦૮	૫૫૭	૪૬	૨૫૬૨૨	૯૮૫૬૦.૪૫
	કુલ નુકસાન		૯૪૫૯.૫૪	

અહીં તમારો વેચાણ ભાવ ૪૧.૩૪ની જગ્યાએ ૪૬ દેખાતો હશે. ૨૨ જાન્યુઆરી, ૨૦૦૮ની રાતે ચંદુએ તેના વેચાણનો ઑર્ડર ૪૧.૩૪ની

લિમિટ પ્રાઇસ પર જ ભર્યો હતો, પરંતુ આગામી કામકાજના દિવસે ૨૩ જાન્યુઆરી, ૨૦૦૮ના અરવિંદનો શૅર @ ૪૬ના ભાવ પર ખૂલ્યો અને એક્સચેન્જે આપમેળે જ તેને ૪૬ના ખુલ્લા ભાવ પર વેચી દીધા.

ચંદુએ તેના ૫૫૭ શૅર એક સાથે વેચી દીધા, જેનાથી તેને ૯,૪૫૯.૫૪નું કુલ નુકસાન થયું.

હું મારા વાચકોને સ્પષ્ટ કરી દેવા માગું છું કે તેમણે નિરાશ ન થવું જોઈએ.

વર્ષ ૨૦૦૮માં શૅરબજારનો કડાકો વિશ્વનો સૌથી મોટો સ્ટોક માર્કેટ ક્રેશ હતો. તેથી આ ઉદાહરણ દ્વારા હું તમને એ શીખવાડવા માગું છું કે મારી પદ્ધતિ દ્વારા તમે કેટલી ખરાબ પરિસ્થિતિનો સામનો કરી શકો છો.

આમ, ૯,૪૫૯.૫૪ રૂપિયાનું નુકસાન હકીકતમાં કોઈ નુકસાન નહોતું. જો તમે મારું પાછલું પુસ્તક ‘માર્કેટમાં જીતવાના સિદ્ધાંત’ વાંચ્યું હોય અને મારા ‘રિવર્સ ટ્રેડિંગ સિસ્ટમ’ સિદ્ધાંતથી પરિચિત હો, તો તમને ખબર પડશે કે આ પ્રકારના વેચાણને ‘રિવર્સ ટ્રેડિંગ સિસ્ટમ’ કહે છે, જ્યાં આપણે આપણા જૂના શૅરોને ફરીથી ઓછા ભાવ પર ખરીદી લઈએ છીએ.

આ પદ્ધતિના માધ્યમથી તમને શૅરોમાં ઘટાડા પછી પણ તમારી પાસે હંમેશા રોકડ હાજર રહેશે અને જ્યારે તમારા શૅરના ભાવ વધશે, ત્યારે તમે શૅરોના વધવાની સાથે જ તમે એકત્ર કરેલા શૅરોની સંખ્યા અને તમારું હોલ્ડિંગ વધારી શકો છો.

ઉદાહરણ માટે, જો ચંદુ ૩૧ ડિસેમ્બર, ૨૦૦૭ના રોજ તેના શૅર તે સમયે વેચી દીધા હોત જ્યારે તેનો ભાવ ૯૦.૫૫ હતો તો તેને ૨૩,૩૭૪.૮૧નો નફો થયો હોત. પરંતુ અહીં હું ટ્રેડિંગ પદ્ધતિ નથી જણાવી રહ્યો. હું એ પદ્ધતિ જણાવવા માગું છું, જેનાથી તમે ૧૦+ વર્ષોના લાંબાગાળાના હોલ્ડિંગ માટે શૅર ખરીદો છો.

ઠીક છે, હવે આપણે આપણી વાર્તા આગળ વધારીએ છીએ અને જોઈએ છીએ કે ચિંકીના શૅરોનું શું થયું.

ચિંકીની પાસે ૪,૬૬૩ શૅર હતા અને ૨૩ જાન્યુઆરી, ૨૦૦૮ના રોજ બજાર ઘટ્યા પછી તેનો બંધ ભાવ @૪૮.૫૫ હતો. ચિંકીના શૅરનું બજાર મૂલ્ય ૪૮.૫૫ x ૪,૬૬૩ = ૨,૨૬,૩૮૮.૬૫ હતું. તમને યાદ હશે કે ૩૧ ડિસેમ્બર, ૨૦૦૭ના આ શૅરોનું બજાર મૂલ્ય ૪,૨૨,૨૩૪.૬૫ હતું. આમ, બજાર ઘટવાથી ચિંકીના નફામાં ૧,૨૨,૨૩૪.૬૫નો ઘટાડો થયો હતો અને તેને પોર્ટફોલિયોમાં નફાની જગ્યાએ - ૭૩,૬૧૧.૩૫ના નુકસાન થઈ ગયું.

ચંદુએ ચિંકીને ફોન કર્યો, 'હેલો ચિંકી, તું બરાબર છે ?'

ચિંકીએ જવાબ આપ્યો, 'શું થયું ચંદુ ? હું બિલકુલ બરાબર છું. તેં એવું કેમ પૂછ્યું ?'

'ચિંકી, તને શૅરબજારમાં લગભગ બે લાખ રૂપિયાનું નુકસાન થયું છે (૧.૨૨ અંદાજિત લાભ અને ૦.૭૩ લાખ મૂળ રકમ). મને તારી ચિંતા થતી હતી,' ચંદુએ કહ્યું.

'અરે ચંદુ, મારા રોકાણ અંગે ભૂલી જા, કારણ કે હું વોરેન બફેટની જેમ લાંબા સમયની રોકાણકાર છું, પરંતુ તારા રોકાણનું શું થયું ?'

'ચિંકી, આજે મેં મારા બધા જ ૫૫૭ શૅર @૪૬ ઉપર વેચી નાંખ્યા અને ૯,૪૫૯.૫૪ રૂપિયાનું નુકસાન બૂક કરાવી દીધું, કારણ કે મહેશ કૌશિકજીનું સોફ્ટવેર મારા બધા જ ૭ લૉટ માટે વેચાણના સંકેત આપી રહ્યા હતા. મને લાગે છે કે આ મોટા ઘટાડાના સંકેત છે અને નજીકના ભવિષ્યમાં શૅરોના ભાવમાં ફરીથી વધારો થવાનો નથી. આ રીતે મને તે ઓછા ભાવે ફરીથી ખરીદવાની તક મળી જશે.'

'હા-હા-હા!' ચિંકી હસવા લાગી.

'તું હસે છે કેમ ?' ચંદુએ પૂછ્યું.

'મને લાગે છે કે તારો મૂર્ખ ગુરુ એક દિવસ તને મોટા નુકસાનમાં ડુબાડી દેશે, કારણ કે આજે અરવિંદના શૅરોના ભાવ ફરી વધી ગયા છે. તે @૪૮.૫૫ પર બંધ આવ્યા, જે તારા ૪૬ રૂપિયાના વેચાણ ભાવથી ૨.૫૫

રૂપિયા વધુ છે. જો હજી પણ તું તેમની પાછળ લાગેલો રહીશ તો તને વારંવાર આવું નુકસાન થતું રહેશે,' ચિંકીએ જવાબ આપ્યો.

'ના ચિંકી, મને એવું નથી લાગતું. મને લાગે છે કે તારે પણ તારા ૪,૬૬૩ શૅર વેચી દેવા જોઈએ અને મહેશ કૌશિકજીની રિવર્સ ટ્રેડિંગ સિસ્ટમથી તારું નુકસાન બુક કરી લે, કારણ કે શક્ય છે તને પણ તે નીચા ભાવે ફરીથી ખરીદવાની તક મળી જાય,' ચંદુએ સલાહ આપી.

'જરા પણ નહીં, ચંદુ. હું તારા ગુરુ જેવી બેવકૂફ નથી. હું વૉરેન બફેટ જેવી લાંબા સમયની રોકાણકાર છું અને મેં મારા શૅર ૧૦+ વર્ષો સુધી રાખવાનો વિચાર છે. તેથી મને ચિંતા નથી કે અત્યારે મારા શૅરોના ભાવ વધુ ઓછા થઈ જાય,' ચિંકીએ જવાબ આપ્યો.

'બરાબર છે ચિંકી, ગુડ નાઇટ.'

'ગૂડ નાઇટ અને શુભકામનાઓ,' ચિંકીએ કહ્યું.

❑

ચંદુ અને ચિંકીનું ત્રણ વર્ષનું રિટર્ન

૧૯ સપ્ટેમ્બર, ૨૦૦૮ના ચંદુ અને ચિંકી ફરીથી એક હોટેલમાં મળ્યા. ચંદુએ બંને માટે આઈસક્રીમ કોન ઑર્ડર કર્યો.

અહીં આપણે ૧૯ સપ્ટેમ્બર, ૨૦૦૮ના અરવિંદના શૅરોની સ્થિતિ જોઈએ. -

ચંદુ એમ. એસ. એક્સેલ શીટ (શૅર જિનિયસ સોફ્ટવેર અને અરવિંદ લિ.)				
તારીખ	બંધ ભાવ	૨૦૦ ડી.એમ.એ.	ફેરફાર	તફાવત
૧૬ સપ્ટે.,૦૮	૨૭.૮૫	૪૮.૬૫	-૨૦.૮૦	-૭૪.૬૭
૧૭ સપ્ટે.,૦૮	૨૭.૧૫	૪૮.૪૨	-૨૧.૨૭	-૭૮.૩૫
૧૮ સપ્ટે.,૦૮	૨૬.૮	૪૮.૧૯	-૨૧.૩૯	-૭૯.૮૨
૧૯ સપ્ટે.,૦૮	૨૭.૬	૪૭.૯૬	-૨૦.૩૬	-૭૩.૭૮
૨૨ સપ્ટે.,૦૮	૨૭.૩૫	૪૭.૭૩	-૨૦.૩૮	-૭૪.૫૦

ચિંકીના પોર્ટફોલિયોનું મૂલ્ય છે - ૪,૬૬૩ X ૨૭.૬૦ = ૧,૨૮,૬૯૮.૮૦ હાલ ચિંકી ૩,૦૦,૦૦૦ - ૧,૨૮,૬૯૮.૮૦ - ૧,૭૧,૩૦૧.૨૦ના નુકસાનમાં છે અને ચંદુ પાસે તેની બાકીની રોકડ રકમ ૯૮,૫૬૦.૪૬ છે અને આ રોકડ જમા ઉપર તેને એક વર્ષમાં બચત ખાતામાં ૪ ટકા વ્યાજ મળ્યું છે ૧૯ સપ્ટેમ્બર, ૨૦૦૭થી ૧૯ સપ્ટેમ્બર, ૨૦૦૮ વચ્ચે આ રકમ ૩,૬૧૫.૪૭ રૂપિયા રહી.

૧૯ સપ્ટેમ્બર, ૨૦૦૮ના

ચંદુ પાસે કુલ રોકડ ૯૮,૫૬૦.૪૬ + ૩,૬૧૫.૪૭ = ૧,૦૨,૧૭૫.૯૩ રૂપિયા હતા. તો વર્ષ ૨૦૦૮માં શૅરબજારના સૌથી મોટા ઘટાડામાં ચંદુને શું નુકસાન થયું ?

ચંદુએ ૧ લાખ રૂપિયાનું રોકાણ કર્યું હતું. તેના નુકસાનની પૂર્તિ બચત ખાતામાં રાખેલી રોકડ પર મળેલા વ્યાજથી થઈ ગઈ. તે દરરોજ રાતે નિશ્ચિંત થઈને સૂઈ જાય છે. તેને પોતાના અરવિંદના શૅરોમાં ઘટાડાની કોઈ ચિંતા નથી, જે નવા વર્ષમાં દર મહિનાની સાથે ઓછા થઈ રહ્યા છે.

આ વાર્તા દ્વારા હું શું શીખવાડવા માગું છું ?

શીખ - મંદી દરમિયાન શૅરોને લઈને બેસી રહેવાથી સારું રોકડ પોતાની પાસે રાખવી જોઈએ. આ વાર્તા શીખવે છે કે શૅરોમાં ૨૦૦ ડી.એમ.એ.ની સરળ ટેકનિક સરેરાશ દ્વારા મંદી અને તેજીને કેવી રીતે ઓળખવી જોઈએ.

ચિંકીએ હવે ચંદૂને પૂછ્યું, ‘ચંદુ, શું હું હવે નુકસાનમાં વેચી દઉં ?’

‘ના ચિંકી, બે-ત્રણ વર્ષના હોલ્ડિંગ પછી હવે નુકસાન ઉઠાવીને વેચવા મૂર્ખામીભર્યું પગલું હશે, કારણ કે અહીંથી જો શૅર ફરી વધી જશે તો તું છેતરાઈ ગયાની લાગણી અનુભવીશ.’

‘પરંતુ હું મારી કુલ સંપત્તિને વધુ ઘટતા જોઈ શકતી નથી. તે દિવસે ને દિવસે ઘટતી રહે છે અને હવે મારી કુલ સંપત્તિ ૪.૨૨ લાખથી ઘટીને માત્ર ૧.૨૮ લાખ રહી ગઈ છે. કેટલું દુઃખ થાય છે. જ્યાં તું વ્યાજનું સુખ લઈને શાંતિથી ઊંઘી શકે છે, ત્યાં હું રોજ મારા શૅરના ભાવ ઘટતા જોઉં છું અને નવા વર્ષે તેને ફરીથી ઘટતા જોઈને મારું હૃદય બેસી જાય છે,’ આમ કહીને ચિંકીએ ઊંડો શ્વાસ લીધો.

‘ચિંકી, નિરાશ ના થઈશ. તું તો વોરેન બફેટની જેમ ૧૦+ વર્ષવાળી લાંબા સમયની રોકાણકાર છે તો પછી ત્રણ જ વર્ષમાં ચિંતા કેમ કરે છે ?’ ચંદુએ પૂછ્યું.

‘ચંદુ, મારાં ઘા પર મીઠું ના ભભરાવીશ. હું વોરેન બફેટને ભૂલી ગઈ

છું. હું વિચારી રહી છું કે મારા બધા જ શૅર વેચી દઉં અને આ કામમાં તારી શૅર જિનિયસ પદ્ધતિનું પાલન કરું,' ચિંકીએ કહ્યું.

'બરાબર છે, ચિંકી. જો તું પૂરી પ્રમાણિકતાથી આ રીતનું પાલન કરવા માગતી હોય તો તું નુકસાનમાં શૅર વેચી દે અને પોતાની બાકીની રકમનું મહેશ કૌશિકજીની પદ્ધતિથી રોકાણ કર,' ચંદુએ જવાબ આપ્યો.

'પરંતુ આટલું મોટું નુકસાન ઉઠાવીને વેચવાની મારી હિંમત નથી થઈ રહી. હું બે મહિના વધુ રોકાવા માગું છું. જો બે મહિનામાં શૅરમાં ફરી ઉછાળો નહીં આવે તો હું તેને નુકસાનમાં જ વેચી દઈશ,' ચિંકીએ નિર્ણય કર્યો.

'પરંતુ ચિંકી, બે મહિના રોકાવાથી જોખમ વધી જશે અને જો આગામી બે મહિનામાં શૅરના ભાવ ઘટી જશે તો શું થશે ?' ચંદુએ પૂછ્યું.

'આ સ્થિતિમાં હું મારી સ્થિતિ અંગે એક ટી.વી. શૉ પર વાત કરીશ, જ્યાં રોકાણકારોના પ્રશ્નોના જવાબ પ્રખ્યાત ટેકનિકલ વિશ્લેષક શ્રી ક-ખ-ગ આપે છે. પ્રખ્યાત ટેકનિકલ વિશ્લેષક શ્રી ક-ખ-ગ જે સલાહ આપશે, હું તે મુજબ જ નિર્ણય કરીશ.'

'ચિંકી, તું આ અંગે મહેશ કૌશિકજીની સલાહ કેમ નથી લેતી ?'

'ચંદુ, છેલ્લા આઠ મહિનાથી તે ઘણા ધીમા ચાલી રહ્યા છે. તેમનું સોફ્ટવેર અરવિંદના શૅર ફરીથી ખરીદવાની સલાહ નહીં આપે. બીજી બાજુ મારા કેટલાક મિત્ર શ્રી ક-ખ-ગની સલાહ પર ઈન્ટ્રા-ડે રમીને રોજની રોકડ કમાણી કરી રહ્યા છે.'

ચંદુએ કહ્યું, 'ઠીક છે, ગુડ નાઇટ.' અને પોતાની બાઇક સ્ટાર્ટ કરીને ત્યાંથી ચાલી નીકળ્યો.

❑

શ્રી ક-ખ-ગ ની ચિંકીને સલાહ

બે મહિનામાં અરવિંદના શેરના ભાવ વધુ ઘટી ગયા. ૧૯ નવેમ્બર, ૨૦૦૮ના બજાર બંધ થતા સુધીમાં અરવિંદના શેરોના ભાવ માત્ર ૧૩.૯૮ રહી ગયા હતા.

ચંદુ એમ. એસ. એક્સેલ શીટ (શૅર જિનિયસ સોફ્ટવેર અને અરવિંદ લિ.)				
તારીખ	બંધ ભાવ	૨૦૦ ડી.એમ.એ.	ફેરફાર	તફાવત
૧૪ નવે.,૦૮	૧૬.૮૨	૩૭.૨૨	-૨૦.૪૦	-૧૨૧.૨૭
૧૭ નવે.,૦૮	૧૫.૭૫	૩૭.૦૫	-૨૧.૩૧	-૧૩૫.૪૧
૧૮ નવે.,૦૮	૧૪.૩૫	૩૬.૯૦	-૨૨.૫૫	-૧૫૭.૧૨
૧૯ નવે.,૦૮	૧૩.૯૮	૩૬.૭૦	-૨૨.૭૨	-૧૬૨.૫૩
૧૨ નવે.,૦૮	૧૩.૪૯	૩૬.૫૧	-૨૩.૦૨	-૧૭૦.૬૭
૨૧ નવે.,૦૮	૧૪.૦૩	૩૬.૩૩	-૨૨.૩૦	-૧૫૮.૯૫

ચિંકીએ એ પ્રખ્યાત ટી.વી. પ્રોગ્રામમાં ફોન કર્યો, જ્યાં શ્રી ક-ખ-ગ તેમના ચાર્ટ્સમાં જોઈને રોકાણકારોની સમસ્યાઓનો ઉકેલ લાવતા હતા. ચિંકીએ તેમને કહ્યું, 'હેલો સર, મારું નામ ચિંકી છે. હું તમારી મોટી ચાહક છું. સર, મેં ૬૪.૩૩ રૂપિયા પ્રતિ શૅરના સરેરાશ ભાવથી અરવિંદ મિલ્સના ૪,૬૬૫ શેર ખરીદ્યા હતા. આજે આ શૅર માત્ર ૧૩.૯૮ પર બંધ થયા છે. હવે મારે શું કરવું જોઈએ ?'

શ્રી ક-ખ-ગએ જવાબ આપ્યો, 'સાપ્તાહિક અને દૈનિક ચાર્ટમાં શૅર નબળો દેખાય છે. આર.એસ.આઈ. નેગેટિવ છે અને વાર્ષિક ચાર્ટમાં લોઅર ટૉપ અને હાયર બોટમની સ્થિતિ જોવા મળી રહી છે. મને લાગે છે, આ શૅર હજી વધુ ઘટશે. મારી સલાહ છે કે તમે નુકસાનમાં વેચવાલી કરી આ સ્તરે જ બહાર નીકળી જાવ.'

કાર્યક્રમના સંચાલકે એમ કહીને ચિંકીના ઘા પર મીઠું ભભરાવતાં કહ્યું, 'ચિંકી, તમે તમારી ખરીદી પર સ્ટૉપ લૉસ કેમ લગાવી દેતાં નથી ?'

ચિંકીએ ફોન કાપી નાંખ્યો. તેની પાસે એ વાતનો કોઈ જવાબ નહોતો કે તેણે સ્ટૉપ લૉસ કેમ લગાવ્યો નથી.

બીજા દિવસે ચિંકીએ તેના બધા જ ૪,૬૬૫ શૅર @૧૩.૫૫ના ભાવથી વેચી નાંખ્યા અને ૬૩,૨૧૦.૭૫ રૂપિયા લઈ લીધા. અરવિંદના શૅરના કારોબારમાં તેને ૨,૩૬,૭૯૦ રૂપિયાનું નુકસાન થયું અને તેની સાથે તેણે શૅરબજારમાં રોકાણને અલવિદા કરી દીધી.

હવે હું અહીં એક વાત કહેવા માગું છું.

ટી.વી.વાળા વિશ્લેષક ખોટા નહોતા. તેમણે બરાબર જ કહ્યું હતું કે, 'સાપ્તાહિક ચાર્ટ અને દૈનિક ચાર્ટમાં શૅર નબળો દેખાઈ રહ્યો છે, આર.એસ.આઈ. નેગેટિવ છે અને વાર્ષિક ચાર્ટમાં લોઅર ટૉપ અને હાયર બૉટમની સ્થિતિ જોવા મળી રહી છે. મને લાગે છે, આ શૅર હજી વધુ ઘટશે...'

તેમણે ટ્રેડિંગના ઉદ્દેશ્યથી તેમનો દૃષ્ટિકોણ જણાવ્યો હતો, દસ વર્ષના દૃષ્ટિકોણથી મૌલિક સલાહ નહોતી આપી.

પોતાના ચાર્ટ્સ એકદમ બરાબર હતા, કારણ કે ૧૩ સપ્ટેમ્બર, ૨૦૦૮ પછી પણ આ શૅરમાં ઘટાડો જળવાઈ રહ્યો અને આગામી ચાર મહિનામાં તે ૧૧.૨૦ ઉપર આવી ગયો. ૧૨ માર્ચ, ૨૦૦૯નો ભાવ જુઓ -

ચંદુ એમ. એસ. એક્સેલ શીટ (શૅર જિનિયસ સોફ્ટવેર અને અરવિંદ લિ.)				
તારીખ	બંધ ભાવ	૨૦૦ ડી.એમ.એ.	ફેરફાર	તફાવત
૫ માર્ચ,૦૯	૧૧.૬	૨૫.૮૪	-૧૪.૨૪	-૧૨૨.૭૬
૬ માર્ચ,૦૯	૧૧.૩૧	૨૫.૬૫	-૧૪.૩૪	-૧૨૬.૭૬
૯ માર્ચ,૦૯	૧૧.૧૩	૨૫.૪૪	-૧૪.૩૧	-૧૨૮.૫૯
૧૨ માર્ચ,૦૯	૧૧.૨	૨૫.૨૪	-૧૪.૦૪	-૧૨૫.૩૬
૧૩ માર્ચ,૦૯	૧૧.૭૭	૨૫.૦૪	-૧૩.૨૭	-૧૧૨.૭૩

તેથી વિશ્લેષક ખોટા નહોતા, ચિંકી તેમની સલાહને ખોટી સમજી હતી.

❑

ચંદુનું અરવિંદ લિ.માં પુનઃ રોકાણ કરવું

અહીંથી વાર્તાનો ઉત્તરાર્ધ શરૂ થાય છે. ચિંકીએ તેના શૅર નુકસાનમાં વેચી નાંખ્યા અને નિર્ણય કર્યો કે હવે તે શૅરબજારમાં ક્યારેય રોકાણ નહીં કરે. તેનું માનવું હતું કે નાના રોકાણકારો માટે શૅરબજાર જોખમપૂર્ણ છે.

ચંદુએ મારા સોફ્ટવેરમાં એન્ટ્રી કરવાનું ચાલુ રાખ્યું. દરરોજ રાતે ચંદુ તેની એક્સેલ શીટમાં બંધ ભાવ ભરતો અને ફૉર્મ્યુલાને વધુ નીચે સુધી કરી દેતો. આ કામમાં તેને દૈનિક મુશ્કેલથી પાંચ મિનિટ લાગતી હતી.

જો તમે દૈનિક ૫ મિનિટ એક્સેલ શીટમાં ફૉર્મ્યુલા ભરવા માટે ન કાઢી શકતા હોવ તો આ પુસ્તક તમારા માટે નથી. અહીં વાંચવાનું બંધ કરો, અમેઝોનની વેબસાઈટ પર જાવ અને નકારાત્મક સમીક્ષા લખી દો કે મહેશ કૌશિકે તેમનો એક થર્ડ ક્લાસ વિચાર વેચી નાંખ્યો. (મને ખબર છે કે તમે એવું નહીં કરો. જો તમે આ પાના સુધી આવ્યા છો અને પાછલી વાર્તા વાંચી ચૂક્યા છો તો તેનાથી સ્પષ્ટ થઈ જાય છે કે તમારામાં આ વિચારને પચાવવાની ક્ષમતા છે.)

જો તમે તમારા એક્સેલ સોફ્ટવેર પર દૈનિક પાંચ મિનિટ લગાવવા તૈયાર હોવ તો આ પુસ્તકનો ઉત્તરાર્ધ તમારા મગજને પ્રકાશિત કરી દેશે અને કોઈ પણ તમને આગામી દસ વર્ષમાં કરોડપતિ બનતા અટકાવી શકશે નહીં.

પહેલાથી ડાઉનલોડ કરેલી તમારી એક્સેલશીટમાં જુઓ -

ચંદુ એમ. એસ. એક્સેલ શીટ (શૅર જિનિયસ સોફ્ટવેર અને અરવિંદ લિ.)				
તારીખ	બંધ ભાવ	૨૦૦ ડી.એમ.એ.	ફેરફાર	તફાવત
૧૫ મે,૦૯	૧૮.૪	૨૦.૪૮	-૨.૦૮	-૧૧.૨૯
૧૮ મે,૦૯	૨૦.૯૫	૨૦.૪૨	૦.૫૩	૨.૫૪
૧૯ મે,૦૯	૧૯.૬૫	૨૦.૩૬	-૦.૭૧	-૩.૬૧
૨૦ મે,૦૯	૨૩.૨૫	૨૦.૩૨	૨.૯૩	૧૨.૬૧
૨૧ મે,૦૯	૨૪.૪૫	૨૦.૨૮	૪.૧૭	૧૭.૦૪
૨૨ મે,૦૯	૨૬.૩	૨૦.૨૬	૬.૦૪	૨૨.૯૮
૨૫ મે,૦૯	૨૭.૯૫	૨૦.૨૪	૭.૭૧	૨૭.૫૯
૨૬ મે,૦૯	૨૬.૫૫	૨૦.૨૧	૬.૩૪	૨૩.૮૮
૨૭ મે,૦૯	૩૧.૮	૨૦.૨૦	૧૧.૬૦	૩૬.૪૮
૨૮ મે,૦૯	૩૨.૧૫	૨૦.૧૯	૧૧.૯૬	૩૭.૨૦
૨૯ મે,૦૯	૩૪.૨	૨૦.૧૯	૧૪.૦૧	૪૦.૯૭
૧ જૂન,૦૯	૩૩.૨	૨૦.૧૮	૧૩.૦૨	૩૯.૨૩

૧૮ મે, ૨૦૦૯ના શૅર ૨૦૦ ડી.એમ.એ.થી ૨.૫૪ ટકા વધીને બંધ થયો. તેના પૂર્વે શૅર દોઢ વર્ષના લાંબા સમય સુધી ૨૦૦ ડી.એમ.એ.થી નીચે રહ્યો હતો, પરંતુ બીજા જ દિવસે ૧૯ મે, ૨૦૦૯ના શૅરનો ભાવ ફરીથી ગગડ્યો અને ડી.એમ.એ.થી -૩.૬૧ ટકા નીચે ગયો.

૨૦ મે, ૨૦૦૯ના રોજ શૅર તેમના ૨૦૦ ડી.એમ.એ.થી ૧૨.૬૧ ટકા વધુ પર બંધ થયો. આમ, ૨૦૦ ડી.એમ.એ.માં વેરિએશન ટકા પુનઃ (-)થી (+)માં આવી ગયું. જેમ મેં પુસ્તકના પ્રકરણ છમાં જણાવ્યું છે,

‘જ્યારે પણ તમારો શૅર ૨૦૦ ડી.એમ.એ.ના ટકા વેરિએશનમાં ઋણાત્મક (-)થી ધનાત્મક (+) થાય તો તમારે દરેક વખતે તેને પ્રારંભિક

પૉઈન્ટ માનવાનો રહેશે. એટલે કે જો તમારા શૅર ૨૦૦ ડી.એમ.એ.ના ટકા વેરિએશનમાં (-)થી સુધરીને (+) ટકા વેરિએશનમાં આવી જાય, ત્યારે તમારે પોતાના માટે એક લૉટ ખરીદી લેવાનો છે (પોતાની કુલ રકમના એક ભાગનું રોકાણ કરવું.)'

તો ચંદુએ ૧૦,૦૦૦ રૂપિયાનું રોકાણ કર્યું. (પોતાની કુલ મૂડીના બે ભાગનું રોકાણ કર્યું. પહેલા પાંચ ટકા અને બીજા ૧૦ ટકા વધવાના કારણે, કારણ કે આ વખતે શૅર ૨૦૦ ડી.એમ.એ.થી ૧૨.૬૧ ટકાથી વધુ પર બંધ થયો હતો.)

૨૦ મે, ૨૦૦૯

બંધ ભાવ ૨૩.૨૫

૨૦૦ ડી.એમ.એ.થી ૧૨.૬૧ ટકા વધુ

હવે સમય હતો ૫ ટકા + અને ૧૦ ટકાના વધારાના ઑર્ડરનો.

૪૨૬ શૅર @૨૩.૪૯ (૨૩.૨૫ + ૦.૨૩) પર ઑર્ડર કર્યા.

બીજા દિવસે ૨૧ મે, ૨૦૦૯ના રોજ બજાર ખુલતા એક્સચેન્જે ચંદુની ખરીદીનો અમલ કર્યો અને ૨૧ મે, ૨૦૦૯ના રોજ ચંદુ પાસે ૪૨૬ શૅર આવી ગયા.

નવું રોકાણ ૪૨૬ x ૨૩.૪૮ = ૧૦,૦૦૨.૪૮

૨૧ મે, ૨૦૦૯ના રોજ કુલ શૅર - ૪૨૬

બાકી રોકડ-૧,૦૨,૧૭૫.૯૩-૧૦,૦૦૨.૪૮ = ૯૨,૧૭૩.૪૫

ગણતરીમાં સરળતા માટે આ ઉદાહરણોમાં મેં દલાલીનો સમાવેશ નથી કર્યો.

પૂરી એક્સેલ શીટ જોતાં તમને ખ્યાલ આવશે કે ૨૦ મે, ૨૦૦૯ પછીથી આ શૅર દિવસે દિવસે વધતો રહ્યો છે. તે આઠ દિવસની અંદર જ ૨૦૦ ડી.એમ.એ.થી ૪૦ ટકા વધુ થઈ ગયો છે.

હું અહીં એ વાચકો માટે કોઠો આપી રહ્યો છું, જેમણે હજી સુધી આખી એક્સેલ શીટ ડાઉનલોડ નથી કરી -

ચંદુ એમસ. એસ. એક્સેલ શીટ (શૅર જિનિયસ સોફ્ટવેર અને અરવિંદ લિ.)				
તારીખ	બંધ ભાવ	૨૦૦ ડી.એમ.એ.	ફેરફાર	તફાવત
૧૫ મે,૦૯	૧૮.૪	૨૦.૪૮	-૨.૦૮	-૧૧.૨૯
૧૮ મે,૦૯	૨૦.૯૫	૨૦.૪૨	૦.૫૩	૨.૫૪
૧૯ મે,૦૯	૧૯.૬૫	૨૦.૩૬	-૦.૭૧	-૩.૬૧
૨૦ મે,૦૯	૨૩.૨૫	૨૦.૩૨	૨.૯૩	૧૨.૬૧
૨૧ મે,૦૯	૨૪.૪૫	૨૦.૨૮	૪.૧૭	૧૭.૦૪
૨૨ મે,૦૯	૨૬.૩	૨૦.૨૬	૬.૦૪	૨૨.૯૮
૨૫ મે,૦૯	૨૭.૯૫	૨૦.૨૪	૭.૭૧	૨૭.૫૯
૨૬ મે,૦૯	૨૬.૫૫	૨૦.૨૧	૬.૩૪	૨૩.૮૮
૨૭ મે,૦૯	૩૧.૮	૨૦.૨૦	૧૧.૬૦	૩૬.૪૮
૨૮ મે,૦૯	૩૨.૧૫	૨૦.૧૯	૧૧.૯૬	૩૭.૨૦
૨૯ મે,૦૯	૩૪.૨	૨૦.૧૯	૧૪.૦૧	૪૦.૯૭
૧ જૂન,૦૯	૩૩.૨	૨૦.૧૮	૧૩.૦૨	૩૯.૨૩

૨૧ મે, ૨૦૦૯ના રોજ

બંધ ભાવ ૨૪.૪૫

૨૦૦ ડી.એમ.એ.થી ૧૭.૦૪ ટકા વધુ

હવે સમય હતો ૧૫ ટકાના વધારાના ઑર્ડરનો.

૨૦૩ શૅર જ઼૨૪.૬૯ (૨૪.૪૫ + ૦.૨૪) પર ઑર્ડર કર્યો.

બીજા દિવસે ૨૨ મે, ૨૦૦૯ના રોજ બજાર ખુલતા એક્સચેન્જે ચંદુની ખરીદીનો અમલ કરી દીધો અને ૨૨ મે, ૨૦૦૯ના રોજ ચંદુએ ૨૦૩ શૅર ખરીદી લીધા.

નવું રોકાણ ૨૦૩ x ૨૪.૬૯ = ૫,૦૧૨.૦૭

૨૨ મે, ૨૦૦૯ના રોજ કુલ શૅર - ૬૨૯

બાકી રોકડ - ૯૨,૧૭૩.૪૫ - ૫,૦૧૨.૦૭ = ૮૭,૧૬૧.૩૮

ગણતરીમાં સરળતા માટે આ ઉદાહરણોમાં મેં દલાલીનો સમાવેશ નથી કર્યો.

૨૨ મે, ૨૦૦૯ના રોજ ચંદુની પાસે અરવિંદના કુલ ૬૨૯ શૅર હતા, જેમનું બજાર મૂલ્ય ૧૫,૫૩૦.૦૧ હતું. આ સમયે ચંદુ ૫૧૫.૪૬ રૂપિયાના ચોખ્ખા ફાયદામાં હતો.

૨૨ મે, ૨૦૦૯ના રોજ

બંધ ભાવ ૨૬.૩

૨૦૦ ડી.એમ.એ.થી ૨૨.૯૮ ટકા વધુ

હવે સમય હતો ૨૦ ટકા વધારાના ઑર્ડરનો.

૧૮૯ શૅર જ૨૬.૫૬ (૨૬.૩ + ૦.૨૩) પર ઑર્ડર કર્યો.

૨૩ મે, ૨૦૦૯ અને ૨૪ મે, ૨૦૦૯ના બજારમાં રજા હતી. તેના આગામી દિવસે ૨૫ મે, ૨૦૦૯ના રોજ બજાર ખૂલતા એક્સચેન્જે ચંદુના ખરીદીના આદેશનો અમલ કરી દીધો અને ૨૫, મે ૨૦૦૯ના રોજ ચંદુએ ૧૮૯ શૅર ખરીદી લીધા.

નવું રોકાણ ૧૮૯ X ૨૬.૫૬ = ૫,૦૧૯.૮૪

૨૫ મે, ૨૦૦૯ના રોજ કુલ શૅર - ૮૧૮

બાકી રોકડ - ૮૭,૧૬૧.૩૮ - ૫,૦૧૯.૯૪ = ૮૨,૧૪૧.૫૪

ગણતરીમાં સરળતા માટે આ ઉદાહરણોમાં મેં દલાલીનો સમાવેશ નથી કર્યો.

૨૫ મે, ૨૦૦૯ના રોજ ચંદુ પાસે અરવિંદના કુલ ૮૧૮ શૅર હતા, જેનું બજાર મૂલ્ય ૨૧,૭૨૬.૦૮ હતું. આ સમયે ચંદુ ૧,૬૯૧.૬૯ રૂપિયાના ચોખ્ખા ફાયદામાં હતો.

૨૫ મે, ૨૦૦૯ના રોજ

બંધ ભાવ ૨૭.૯૫

૨૦૦ ડી.એમ.એ.થી ૨૭.૫૯ ટકા વધુ

હવે સમય હતો ૨૫ ટકાના વધારાના ઑર્ડરનો.

૧૭૭ શૅર @ ૨૨.૨૨ (૨૭.૯૫ + ૦.૨૭) પર ઑર્ડર કર્યો.

આગામી કારોબારી દિવસે એક્સચેન્જે ચંદુના ઑર્ડરનો અમલ કરી દીધો.

નવું રોકાણ ૧૭૭ x ૨૮.૨૨ = ૪,૯૯૪.૯૪

૨૬ મે, ૨૦૦૯ના રોજ કુલ શૅર - ૯૯૫

બાકી રોકડ - ૮૨,૧૪૧.૫૪ - ૪,૯૯૪.૯૪ = ૭૭,૧૪૬.૬

ગણતરીમાં સરળતા માટે આ ઉદાહરણોમાં મેં દલાલીનો સમાવેશ નથી કર્યો.

૨૬ મે, ૨૦૦૯ના રોજ ચંદુ પાસે અરવિંદના કુલ ૯૯૫ શૅર હતા, જેનું બજાર મૂલ્ય ૨૮,૦૭૯.૯ હતું. આ સમયે ચંદુ ૩,૦૪૯.૫૭ રૂપિયાના ચોખ્ખા ફાયદામાં હતો.

નફો વધારવો આ પદ્ધતિનો સૌથી શાનદાર ભાગ છે.

જ્યારે પણ તમે મારી પદ્ધતિમાં પોતાનું હોલ્ડિંગ વધારો છો, તમારો ચોખ્ખો નફો પણ વધતો જાય છે.

૨૭ મે, ૨૦૦૯ના રોજ

બંધ ભાવ ૩૧.૮

૨૦૦ ડી.એમ.એ.થી ૩૬.૪૮ ટકા વધુ -

હવે સમય હતો ૩૦ ટકા અને ૩૫ ટકાના વધારાના ઑર્ડરનો.

૩૧૧ શૅર @ ૩૨.૧૧ (૩૧.૮ + ૦.૩૧) પર ઑર્ડર કરવામાં આવ્યો.

૨૮ મે, ૨૦૦૯ના રોજ આ ઑર્ડરનો અમલ કરાયો હતો.

નવું રોકાણ ૩૧૧ x ૩૨.૧૧ = ૯,૯૮૬.૨૧

૨૮ મે, ૨૦૦૯ના રોજ કુલ શૅર - ૧,૩૦૬

બાકી રોકડ - ૭૭,૧૪૬.૬ - ૯,૯૮૬.૨૧ = ૬૭,૧૬૦.૩૯

ગણતરીમાં સરળતા માટે આ ઉદાહરણોમાં મેં દલાલીનો સમાવેશ નથી કર્યો.

૨૮ મે, ૨૦૦૯ના રોજ ચંદુ પાસે અરવિંદના કુલ ૧,૩૦૬ શૅર હતા, જેનું બજાર મૂલ્ય ૪૧,૯૩૫.૬૬ હતું. આ સમયે ચંદુનો ચોખ્ખો ફાયદો ૬,૯૨૦.૧૨ રૂપિયા હતો.

૨૯ મે, ૨૦૦૯ના રોજ

બંધ ભાવ ૩૪.૨

૨૦૦ ડી.એમ.એ.થી ૪૦.૯૭ ટકા વધુ

હવે સમય હતો ૪૦ ટકાના વધારાના ઑર્ડરનો

૧૪૫ શૅર @ ૩૪.૫૪ (૩૪.૨ + ૦.૩૪) પર ઑર્ડર કરવામાં આવ્યો.

૩૦ અને ૩૧ મે, ૨૦૦૯ના રોજ બજારમાં રજા હતી. તેથી ૧, જૂન ૨૦૦૯ના રોજ આ ઑર્ડરનો અમલ થયો.

નવું રોકાણ ૧૪૫ x ૩૪.૫૪ = ૫,૦૦૮.૩

૧ જૂન, ૨૦૦૯ના રોજ કુલ શૅર - ૧,૪૫૧

બાકી રોકડ - ૬૭,૧૬૦.૩૯ - ૫,૦૦૮.૩ = ૬૨,૧૫૨.૦૯

ગણતરીમાં સરળતા માટે આ ઉદાહરણોમાં મેં દલાલીનો સમાવેશ નથી કર્યો.

૧ જૂન ૦૯ના રોજ ચંદુ પાસે અરવિંદના કુલ ૧,૪૫૧ શૅર હતા, જેનું બજાર મૂલ્ય ૫૦,૧૧૭.૫૪ હતું. આમ, ચંદુ ૧૦,૦૯૩.૭૦ રૂપિયાના ચોખ્ખા ફાયદામાં હતો.

આમ, જ્યારે પણ નવી ખરીદી અથવા વેચાણ માટે યોગ્ય સમય શરૂ થાય, તમારી એક્સેલ શીટ આપમેળે જ જણાવી દેશે કે તમારે ક્યારે ખરીદવાનું છે અને ક્યારે વેચવાનું છે.

આ પદ્ધતિ પર ચાલીને ચંદુએ દસ દિવસની અંદર ૧૦,૦૯૩.૭૦ રૂપિયાના સલામત ફાયદાની કમાણી કરી.

અહીં હું અંદાજિત ફાયદાને ‘સુરક્ષિત ફાયદો’ કહી રહ્યો છું, કારણ કે જો શૅરોના ભાવ ફરીથી ગગડી જશે તો એક્સેલ શીટ આપમેળે જ તમને વેચવાનો સંદેશ આપી દેશે અને તમે એટલા લઘુત્તમ નુકસાન સાથે બહાર નીકળી શકશો, જેમ મારા ‘રિવર્સ ટ્રેડિંગ સિસ્ટમ સિદ્ધાંત’માં તેને નુકસાન નથી મનાતું.

❑

રિવર્સ ટ્રેડિંગ સિસ્ટમ સિદ્ધાંત

જો તમે મારું પાછલું પુસ્તક ખરીદ્યું છે અને તેમાં પ્રકરણ ૧૦ 'રિવર્સ ટ્રેડિંગ સિસ્ટમ' વાંચ્યું હશે તો તમે એ પણ જાણતા હશો કે રિવર્સ ટ્રેડિંગનો આ સિદ્ધાંત સંભવતઃ તમને નુકસાનથી બચાવી શકે છે.

હું આ સિદ્ધાંતથી માહિતગાર ન હોય તેવા નવા વાચકો માટે આ રીત સારરૂપે લખી રહ્યો છું.

જ્યારે તમે નુકસાનપૂર્ણ રોકાણમાં ફસાઈ ચૂક્યા હોવ તો તે વર્ષના સૌથી ઊંચા અને સૌથી નીચા ભાવની સરેરાશ કાઢો. જો તે વર્ષે શૅરમાં સૌથી ઊંચા ભાવથી ૫૦ ટકા સુધીનો ઘટાડો થયો હોય, એટલે કે વર્ષના સૌથી ઊંચા અને નીચા ભાવની સરેરાશ ૨ ટકાથી વધુ હોય તો તે લાંબી મંદીના વલણના સંકેત છે. તે સમયે શૅર વેચી દો. તેના થોડાક વર્ષ પછી જે વર્ષે ઊંચા/નીચા ભાવની સરેરાશ ૧.૫થી ઓછી હોય, તે સમયે તમે એ જ પ્રમાણમાં શૅર ફરીથી ખરીદી શકો છો.

અહીં ચંદુ અને ચિંકીના પુસ્તકમાં આપણે રિવર્સ ટ્રેડિંગ સિદ્ધાંતને આપણે ૨૦૦ ડી.એમ.એ. દ્વારા સંશોધિત કર્યો છે, જેથી તે વર્ષના સૌથી ઊંચા/નીચા ભાવની માહિતી મેળવવી ઘણું સરળ થઈ ગયું છે.

સુધારેલી રિવર્સ ટ્રેડિંગ સિસ્ટમ - ૨૦૦ ડી.એમ.એ.થી દરેક ૫ ટકાના ઘટાડા પર તમારા શૅરનો એક હિસ્સો વેચી દો અને ૨૦૦ ડી.એમ.એ.માં દરેક પાંચ ટકા વધતા તેને ફરીથી ખરીદી લો.

ઉદાહરણ માટે, જ્યારે ચંદુના હોલ્ડિંગવાળા અરવિંદના ૫૫૭ શૅરોમાં ૨૨૦ ડી.એમ.એ.થી નીચે ગયા તો તેણે તેના શૅર @ ૪૬ ઉપર વેચી નાંખ્યા અને આ નુકસાનપૂર્ણ વેચાણથી તેને ૨૫,૬૨૨ રૂપિયાની રોકડ મળી.

ચંદુની બૅલેન્સ શીટ ૧૯ સપ્ટેમ્બર, ૨૦૦૫થી				
તારીખ	ખરીદી	દર @	કુલ રોકાણ	રોકડમાં તફાવત
૫ સપ્ટે.,૦૭	૯૬	૫૨.૦૧	૪૯૯૨.૯૬	૯૯૦૦૭.૦૪
૧૪ સપ્ટે.,૦૭	૯૨	૫૪.૫૪	૫૦૧૭.૬૮	૯૩૯૮૯.૩૬
૨૭ સપ્ટે.,૦૭	૮૩	૬૦.૩૪	૫૦૦૮.૨૨	૯૩૦૦૧.૧૪
૧ ઑક્ટો..,૦૭	૮૦	૬૨.૫૧	૫૦૦૦.૮	૮૮૦૦૦.૩૪
૫ ઑક્ટો..,૦૭	૭૬	૬૫.૯૫	૫૦૧૨.૨	૮૨૯૮૮.૧૪
૧૬ ઑક્ટો,૦૭	૬૯	૭૩.૪૨	૫૦૬૫.૯૮	૭૭૯૨૨.૧૬
૫ ડિસે., ૦૭	૬૧	૮૧.૭	૪૯૮૩.૭	૭૨૯૩૮.૪૬
કુલ		૫૫૭		૩૫૦૮૧.૫૪
તારીખ રોકડમાં તફાવત		ખરીદી	દર @	કુલ રોકાણ
૨૩ જાન્યુ.,૦૮	૫૫૭	૪૬	૨૫૬૨૨	૯૮૫૬૦.૪૫
	કુલ નુકસાન		૯૪૫૯.૫૪	

પરંતુ જેવા અરવિંદના શૅર વધવાના શરૂ થયા, ચંદુએ તે ૫૫૭ શૅર લગભગ ૨૪ રૂપિયાના ભાવે ખરીદી લીધા. (આ પુસ્તકનું અગાઉનું પ્રકરણ ફરી વાંચો. ચંદુએ ૪૭૬ શૅર ૨૩.૪૮ અને ૨૦૩ શૅર ૨૪.૬૯ના ભાવે ખરીદ્યા, જેનાથી ૫૫૭ શૅરનો સરેરાશ ભાવ લગભગ ૨૪ રૂપિયા થાય છે.)

આ ૫૫૭ શૅર વેચવાથી ચંદુને ૨૫,૬૨૨ રૂપિયા મળ્યા અને તેણે એ ૫૫૭ શૅર ફરીથી ખરીદી માટે ૫૫૭ x ૨૪ = ૧૩,૩૬૮ રૂપિયાનું રોકાણ કર્યું.

આમ હકીકતમાં આ સોદામાં ચંદુને ૨૫,૬૨૨ - ૧૩,૩૬૯ = ૧૨,૨૫૪ રૂપિયાની કમાણી થઈ.

શરૂઆતમાં આપણને લાગ્યું કે આપણા શૅર નુકસાનમાં વેચવાને કારણે ચંદુને ૯,૪૫૯.૫૪ રૂપિયાનું નુકસાન થયું છે, પરંતુ હકીકતમાં ચંદુને રિવર્સ ટ્રેડ કરવાથી ૧૨,૨૫૪ રૂપિયાની કમાણી થઈ હતી. આ સોદાએ તેના નુકસાનની ભરપાઈ કરી દીધી.

જો તમે મારી શૅર જિનિયસ ટ્રેડ રીતની મદદથી ટ્રેડ કરો છો તો તમને દૈનિક માત્ર પાંચ મિનિટ આપવાની રહેશે અને તમે શૅરોમાં તણાવરહિત સલામત રોકાણનો આનંદ માણી શકશો. પરંતુ આ વાર્તા અહીં પૂરી થતી નથી. શીખવાની આ પ્રક્રિયાને આપણે આગળના પ્રકરણોમાં પણ ચાલુ રાખીશું.

❑

ચંદુ અને ચિંકીનું ચાર વર્ષનું રિટર્ન

૨૯ મે, ૨૦૦૯ પછી અરવિંદ લિ.ના શૅર મર્યાદિત અંકોમાં સ્થિર રહ્યા. ૧૯ સપ્ટેમ્બર, ૨૦૦૯ સુધી શૅરોમાં ૨૧થી ૩૭ની મર્યાદામાં ઉતાર-ચઢાવ થાય છે.

આ સાડા ત્રણ મહિનામાં ચંદુ રોજ તેની એક્સેલ શીટ ખોલતો, બંધ ભાવનો ડેટા ભરતો, ફૉર્મ્યુલા કોપી કરતો અને ૨૦૦ ડી.એમ.એ. મુજબ ટકાવારી વેરિએશન પર નજર નાંખતો. આ સાડા ત્રણ મહિનામાં ચંદુએ જોયું કે તે શૅર ન તો ૨૦૦ ડી.એમ.એ.માં ૪૦ ટકાથી વધુ થયો અને ન તેમાં વધુ ઘટાડો આવ્યો. તેથી ચંદુ માટે આ ત્રણ મહિના ઠંડા રહ્યા.

આ સાડા ત્રણ મહિનામાં તેણે અરવિંદના ૧,૪૫૧ શૅર હોલ્ડ પર રાખ્યા. આ દરમિયાન ન તો કોઈ શૅર ખરીદ્યા અને ન કોઈ શૅર વેચ્યા, કારણ કે તેના સોફ્ટવેરે વેચવાના કે ખરીદવાના કોઈ સંકેત આપ્યા નહીં.

મહેરબાની કરીને આપણી પહેલા ડાઉનલોડની એક્સેલ શીટ જુઓ.

૧૭ સપ્ટેમ્બર, ૨૦૦૯ના અરવિંદના શૅર ૨૦૦ ડી.એમ.એ.થી ૪૫.૫૪ ટકા વધુ પર બંધ થયા. તે ૪૫ ટકા + વધારાના ઑર્ડરને પૂરો કરવાનો સમય હતો.

૧૭ સપ્ટેમ્બર, ૨૦૦૯ના રોજ સ્થિતિ સમજવા માટે આ કોઠો જુઓ -

ચંદુ એમ. એસ. એક્સેલ શીટ (શૅર જિનિયસ સોફ્ટવેર અને અરવિંદ લિ.)				
તારીખ	બંધ ભાવ	૨૦૦ ડી.એમ.એ.	ફેરફાર	તફાવત
૧૪ સપ્ટે.,૦૯	૩૪.૮૫	૨૦.૯૭	૧૩.૮૮	૩૯.૮૩
૧૫ સપ્ટે.,૦૯	૩૫.૨૫	૨૧.૦૮	૧૪.૧૭	૪૦.૨૧
૧૬ સપ્ટે.,૦૯	૩૭.૨	૨૧.૧૯	૧૬.૦૧	૪૩.૦૩
૧૭ સપ્ટે.,૦૯	૩૯.૧૫	૨૧.૩૨	૧૭.૮૩	૪૫.૫૪
૧૮ સપ્ટે.,૦૯	૩૮.૭૫	૨૧.૪૪	૧૭.૩૧	૪૪.૬૬
૨૨ સપ્ટે.,૦૯	૩૮.૭	૨૧.૫૭	૧૭.૧૩	૪૪.૨૭
૨૩ સપ્ટે.,૦૯	૩૭.૧	૨૧.૬૮	૧૫.૪૨	૪૧.૫૫

૧૭ સપ્ટેમ્બર ૨૦૦૯ના રોજ

બંધ ભાવ ૩૯.૧૫

૨૦૦ ડી.એમ.એ.થી ૪૫.૫૪ ટકા વધુ

હવે સમય હતો ૪૫ ટકાના વધારાના ઑર્ડરનો.

૧૨૭ શૅર @૩૯.૫૪ (૩૯.૧૫ + ૦.૩૯) પર ઑર્ડર કર્યો.

આગામી કારોબારી દિવસ (૧૮ સપ્ટેમ્બર, ૨૦૦૯)ના રોજ ચંદુનો ઑર્ડર અમલી બની ગયો અને ચંદુએ ૧૨૭ શૅર ખરીદી લીધા.

નવું રોકાણ ૧૨૭ X ૩૯.૫૪ = ૫,૦૨૧.૫૮

૧૮ સપ્ટેમ્બર, ૨૦૦૯ના રોજ કુલ શૅર - ૧,૫૭૮

બાકી રોકડ - ૬૨,૧૫૨.૦૯ - ૫,૦૨૧.૫૮ = ૫૭,૧૩૦.૫૧

ગણતરીમાં સરળતા માટે આ ઉદાહરણોમાં મેં દલાલીનો સમાવેશ નથી કર્યો.

૧૮ સપ્ટેમ્બર, ૨૦૦૯ના રોજ ચંદુ પાસે અરવિંદના કુલ ૧,૫૭૮ શૅર હતા, જેનું બજાર મૂલ્ય ૬૨,૩૯૪.૧૨ હતું. આ સમયે ચંદુનો ચોખ્ખો

નફો ૧૭,૩૪૮.૭૦ રૂપિયા હતો.

૧૯ સપ્ટેમ્બર, ૨૦૦૯ના રોજ ચંદુ અને ચિંકીના રોકાણને ચાર વર્ષ પૂરા થયા હતા. આ વચ્ચે ગયા વર્ષે ચંદુએ તેના બચત ખાતામાં ૪ ટકા વ્યાજ તરીકે ૩,૫૨૦.૦૧ રૂપિયા મેળવ્યા હતા.

ચંદુએ ચિંકીને છેલ્લા ચાર વર્ષના રોકાણની સમીક્ષા માટે આમંત્રણ આપ્યું.

ચંદુએ કહ્યું, 'ચિંકી, હવે મારી પાસે અરવિંદ લિ.ના ૧,૫૭૮ શૅર છે, જેનું બજાર મૂલ્ય ૬૨,૩૯૪.૧૨ છે અને મારી કુલ રોકડ ૬૦,૬૫૦.૫૨ (૫૭,૧૩૦.૫૧ + ૩,૫૨૦.૦૧ વ્યાજરૂપે અનામત) છે. આમ, મારી કુલ સંપત્તિ ૧,૨૩,૦૪૪.૬૪ છે.'

ચિંકીએ જવાબ આપ્યો, 'સારું છે, ચંદુ, પરંતુ મને લાગે છે કે હવે તારે પ્રોફિટ બુક કરી લેવો જોઈએ. જો બજાર ક્યાંક ફરી ઘટવા લાગશે તો જાન્યુઆરી ૨૦૦૮ની જેમ તારો બધો જ નફો ધોવાઈ જશે.'

'ના ચિંકી, તારે ફરીથી રોકાણ કરવાનું શરૂ કરવું જોઈએ, કારણ કે જો તારું સપનું સાચું થઈ ગયું તો તું પણ તારા ૨,૩૬,૭૯૦ રૂપિયાના નુકસાનની વસૂલી કરી શકે છે.'

'ના ચંદુ, મેં શૅરબજારને અલવિદા કરી દીધી છે અને મને લાગે છે કે આ શૅરની દૃષ્ટિએ સી.એમ.પી. ૩૯ ખૂબ જ ઊંચાઈ પર છે, કારણ કે થોડાક જ મહિના પહેલા આ શૅર ૧૨ રૂપિયામાં મળી રહ્યો હતો. મને લાગે છે કે આ શૅર હવે ૧૨ રૂપિયાથી નીચે આવી જશે. ત્યારે હું રોકાણ કરવા અંગે વિચાર કરીશ. શક્ય છે કે આ શૅરના ૧૨ રૂપિયાથી નીચે આવતા હું ફરી રોકાણ કરવાનું શરૂ કરી દઉં.'

એકંદરે ચિંકીએ ફરીથી રોકાણ કરવાનો ઈનકાર કરી દીધો અને ચંદુ પ્રોફિટ બુક કરવા માટે તૈયાર ન થયો અને આ રીતે તેણે મારા સોફ્ટવેરની શિસ્ત તોડી નાંખી.

હવે જોઈએ કે આગામી વર્ષોમાં શું થાય છે.

❑

ઋણાત્મકથી ધનાત્મક તરફ સુધારો : નવો આરંભિક પૉઈન્ટ

૧૯ સપ્ટેમ્બર, ૨૦૦૯થી ૧૨ માર્ચ, ૨૦૧૦ સુધી અરવિંદ લિ.માં ફરી મર્યાદિત એક્ટિવિટી જોવા મળી.

આ ૭ મહિનામાં શૅર ૨૦૦ ડી.એમ.એ.થી ન તો ૫૦ ટકાથી ઉપર ગયો, જે ચંદુનું આગામી ખરીદી સ્તર હતું અને ન તેમાં ૨૦૦ ડી.એમ.એ.થી ઘટ્યું હતું.

૧૫ માર્ચ, ૨૦૧૦ના કમનસીબે, શૅર ૩૩.૨૫ ટકા પર બંધ થયો, જે ૨૦૦ ડી.એમ.એ.થી ૧.૫ ટકા નીચે હતો. તમારી એક્સેલ શીટ અથવા નીચે અપાયેલો કોઠા જુઓ.

ચંદુ એમ. એસ. એક્સેલ શીટ (શૅર જિનિયસ સોફ્ટવેર અને અરવિંદ લિ.)				
તારીખ	બંધ ભાવ	૨૦૦ ડી.એમ.એ.	ફેરફાર	તફાવત
૧૨ માર્ચ, ૧૦	૩૩.૮	૩૩.૭૨	૦.૦૮	૦.૨૩
૧૫ માર્ચ, ૧૦	૩૩.૨૫	૩૩.૭૫	-૦.૫૦	-૧.૫૦
૧૬ માર્ચ, ૧૦	૩૩.૮૫	૩૩.૭૮	૦.૦૭	૦.૧૯
૧૭ માર્ચ, ૧૦	૩૩.૬૫	૩૩.૭૯	-૦.૧૪	-૦.૪૩
૧૮ માર્ચ, ૧૦	૩૪.૬૫	૩૩.૮૧	૦.૮૪	૨.૪૪
૧૯ માર્ચ, ૧૦	૩૫.૭	૩૩.૮૧	૧.૮૯	૫.૨૮
૨૨ માર્ચ, ૧૦	૩૪.૫	૩૩.૮૨	૦.૬૮	૧.૯૭

હવે ચંદુ વેચવા માટે બંધ ભાવના -૫ ટકા થવાની રાહ જોવા લાગ્યો. પરંતુ આ પૉઈન્ટ આવતા પહેલાં જ શૅરમાં ફરી એક વખત ઊછાળો આવ્યો અને ૧૯ માર્ચ, ૨૦૧૦ના રોજ આ શૅર ૫.૨૮ ટકા વધીને બંધ થયો.

જો તમે આ પુસ્તકને ગંભીરતાથી વાંચ્યું હોય તો તમને યાદ હશે કે આ પુસ્તકના પ્રકરણ ૬માં મેં તમને કહ્યું હતું, -

'જ્યારે પણ તમારા શૅર ૨૦૦ ડી.એમ.એ.ના ટકાવારી વેરિએશનમાં ઋણાત્મક (-)થી ધનાત્મક (+) થાય તો તમારે દરેક વખતે તેને પ્રારંભિક પૉઈન્ટ માનવો જોઈએ. એટલે કે જો તમારા શૅર ૨૦૦ ડી.એમ.એ.ના ટકા વેરિએશનમાં (-)થી સુધરીને (+) ટકા વેરિએશનમાં આવી જાય, ત્યારે તમારે પોતાના માટે એક લૉટ ખરીદી લેવાનો છે (પોતાની કુલ રકમના એક ભાગનું રોકાણ કરવું.)'

આ નિયમ મુજબ, ચંદુએ ૫ ટકા +ની લીડ માટે નવા લૉટની ખરીદીનો આદેશ આપી દીધો.

૧૯ માર્ચ, ૨૦૨૦ના રોજ

બંધ ભાવ ૩૫.૭

૨૦૦ ડી.એમ.એ.થી ૫.૨૮ ટકા વધુ

આ સમય હતો ૫ ટકા નવી ખરીદીનો આદેશ કરવાનો.

૧૩૯ શૅર @ ૩૬.૦૫ (૩૫.૭ + ૦.૩૫) પર ખરીદીનો આદેશ આપ્યો.

આગામી કારોબારી દિવસ (૨૨ માર્ચ, ૨૦૧૦)ના ચંદુના આદેશનો અમલ થઈ ગયો અને ચંદુએ ૧૩૯ શૅર ખરીદી લીધા.

નવું રોકાણ - ૧૩૯ ટ ૩૬.૦૫ = ૫,૦૧૦.૯૫

૨૨ માર્ચ, ૨૦૧૦ના રોજ કુલ શૅર - ૧,૭૧૭

બાકી રોકડ - ૬૦,૬૫૦.૫૩ - ૫,૦૧૦.૯૫ = ૫૫,૬૩૯.૫૭

ગણતરીમાં સરળતા માટે આ ઉદાહરણોમાં મેં દલાલીનો સમાવેશ નથી કર્યો.

૨૨ માર્ચ, ૨૦૧૦ના રોજ ચંદુ પાસે અરવિંદના કુલ ૧,૭૧૭ શૅર હતા, જેનું બજાર મૂલ્ય ૬૧,૮૯૭.૮૫ હતું. આ સમયે ચંદુનો ચોખ્ખો નફો ૧૧,૮૪૧.૪૮ હતો.

એવું જ ૨૧ એપ્રિલ, ૨૦૧૦ના ફરીથી થયું, જ્યારે શૅરબજાર ઋણાત્મકથી ધનાત્મકનો સુધારો લઈને ૨૦૦ ડી.એમ.એ.થી ૫.૦૭ ટકા ઉપર બંધ થયું.

આપણે તેને નવો પ્રારંભિક પૉઇન્ટ માનીએ છીએ, કારણ કે ટેકનિકલરૂપે આવી સ્થિતિ શૅરની મજબૂતની સૂચક છે, જ્યાં આપણે વધુ મૂડીનું રોકાણ કરવું જોઈએ.

૨૧ એપ્રિલ, ૨૦૧૦ના રોજ સ્થિતિની તસવીર જુઓ.

ચંદુ એમ. એસ. એક્સેલ શીટ (શૅર જિનિયસ સોફ્ટવેર અને અરવિંદ લિ.)				
તારીખ	**બંધ ભાવ**	**૨૦૦ ડી.એમ.એ.**	**ફેરફાર**	**તફાવત**
૧૫ એપ્રિલ ૧૦	૩૪.૧	૩૪.૦૪	૦.૦૬	૦.૧૭
૧૬ એપ્રિલ ૧૦	૩૩.૬૫	૩૪.૦૭	-૦.૪૨	-૧.૨૪
૧૯ એપ્રિલ ૧૦	૩૩.૧	૩૪.૧૦	-૧.૦૦	-૩.૦૧
૨૦ એપ્રિલ ૧૦	૩૩.૭૫	૩૪.૧૩	-૦.૩૮	-૧.૧૩
૨૧ એપ્રિલ ૧૦	૩૬	૩૪.૧૮	૧.૮૨	૫.૦૭
૨૨ એપ્રિલ ૧૦	૩૫.૮૫	૩૪.૨૨	૧.૬૩	૪.૫૬

આમ, નિયમનું પાલન કરતાં ૨૧ એપ્રિલે ચંદુએ વધુ ૧૩૮ શૅર ખરીદવાનો આદેશ કર્યો.

૨૧ એપ્રિલ, ૨૦૧૦ના રોજ

બંધ ભાવ ૩૬

૨૦૦ ડી.એમ.એ.થી ૫.૦૭ ટકા વધુ

આ સમય હતો ૫ ટકા નવા વધારા સાથે ઑર્ડરનો

૧૩૮ શૅર @ ૩૬.૩૬ (૩૬ + ૦.૩૬)નો ઑર્ડર આપ્યો.

આગામી કામકાજના દિવસ (૨૨ એપ્રિલ, ૨૦૧૦)ના રોજ ચંદુના ઑર્ડરનો અમલ થઈ ગયો અને ચંદુએ ૧૩૮ શૅર ખરીદી લીધા.

નવું રોકાણ - ૧૩૮ X ૩૬.૩૬ = ૫,૦૧૭.૬૮

૨૨ એપ્રિલ, ૨૦૧૦ના રોજ કુલ શૅર = ૧,૮૫૫

બાકી રોકડ - ૫૫,૬૩૯.૫૭ - ૫,૦૧૭.૬૮ = ૫૦,૬૨૧.૮૯

ગણતરીમાં સરળતા માટે મેં આ ઉદાહરણોમાં દલાલીનો સમાવેશ કર્યો નથી.

૨૨ એપ્રિલ, ૨૦૧૦ના રોજ ચંદુ પાસે અરવિંદના કુલ ૧,૮૫૫ શૅર હતા, જેનું બજાર મૂલ્ય ૬૭,૪૪૭.૮ હતું. આ સમયે ચંદુનો ચોખ્ખો નફો ૧૨,૩૭૩.૭૫ રૂપિયા હતો.

મને આશા છે કે તમે મારો આશય સમજી ગયા હશો, કે દરેક વખતે જ્યારે શૅરમાં ૨૦૦ ડી.એમ.એ.માં (-) ચિહ્નથી (+) ચિહ્નમાં સુધારો થાય છે, ત્યારે આપણા માટે આ એક નવું પ્રારંભિક સ્તર છે.

❑

મે ૨૦૧૦માં શૅરબજારમાં કડાકો આવતાં સ્થિતિ

મે ૨૦૧૦માં ભારતીય શૅરબજારમાં ફરીથી કડાકો આવ્યો અને બજારની ચાલ મુજબ અરવિંદના શૅરોમાં પણ ૨૦૦ ડી.એમ.એ.થી - ૫ ટકા અથવા વધુનો ઘટાડો નોંધાયો.

આમ, આ પ્રકરણમાં આપણે એ શીખીશું કે મે ૨૦૧૦માં બજારના ઘટાડા દરમિયાન ચંદુએ કેવી રીતે કેટલો નફો કર્યો, જ્યાં અન્ય રોકાણકારો તેમનું નુકસાન જોઈને આંસુ સારી રહ્યા હતા, ત્યાં ચંદુ તેનો નફો બમણો થયેલો જોઈ હસી રહ્યો હતો.

૫ મે, ૨૦૧૦થી લઈને ૨૯ મે, ૨૦૧૦ સુધી અરવિંદ લિ.ની સ્થિતિ પર નજર કરો.

ચંદુ એમ. એસ. એક્સેલ શીટ (શૅર જિનિયસ સોફ્ટવેર અને અરવિંદ લિ.)				
તારીખ	બંધ ભાવ	૨૦૦ ડી.એમ.એ.	ફેરફાર	તફાવત
૫ મે, ૧૦	૩૪.૭	૩૪.૬૭	૦.૦૩	૦.૧૦
૬ મે, ૧૦	૩૪	૩૪.૭૩	-૦.૭૩	-૨.૧૪
૭ મે, ૧૦	૩૨.૯	૩૪.૭૮	-૧.૮૮	-૫.૭૨
૧૦ મે,૧૦	૩૩.૯	૩૪.૮૩	-૦.૯૩	-૨.૭૪
૧૧ મે,૧૦	૩૩.૬	૩૪.૮૮	-૧.૨૮	-૩.૮૦

૧૨ મે,૧૦	૩૩.૨	૩૪.૯૨	-૧.૭૨	-૫.૧૮
૧૩ મે,૧૦	૩૩.૨	૩૪.૯૬	-૧.૭૬	-૫.૩૦
૧૪ મે,૧૦	૩૩	૩૫.૦૦	-૨.૦૦	-૬.૦૬
૧૭ મે,૧૦	૩૨.૮૫	૩૫.૦૪	-૨.૧૯	-૬.૬૭
૧૮ મે,૧૦	૩૨.૬	૩૫.૦૭	-૨.૪૭	-૭.૫૯
૧૯ મે,૧૦	૩૨.૬૫	૩૫.૧૦	-૨.૪૫	-૭.૫૧
૨૦ મે,૧૦	૩૨.૧	૩૫.૧૨	-૩.૦૨	-૯.૪૨
૨૧ મે,૧૦	૩૧.૫૫	૩૫.૧૪	-૩.૫૯	-૧૧.૩૯
૨૪ મે,૧૦	૩૧.૯	૩૫.૧૭	-૩.૨૭	-૧૦.૨૫
૨૫ મે,૧૦	૩૦.૫૫	૩૫.૧૯	૪.૬૩	-૧૫.૧૭
૨૬ મે,૧૦	૩૦.૬	૩૫.૨૦	-૪.૬૦	-૧૫.૦૩

૭ મે, ૨૦૧૦ના અરવિંદના શૅર ૩૨.૯૦ રૂપિયા પર બંધ થયો, જે ૨૦૦ ડી.એમ.એ.થી ૫.૭૨ ટકા નીચે હતો. આપણા નિયમ મુજબ, ૨૦૦ ડી.એમ.એ.થી પ્રત્યેક ૫ ટકા ઘટાડા પર આપણે આપણો એક લૉટ (એક ભાગ) વેચવાનો હતો.

જો શૅરમાં ૨૦૦ ડી.એમ.એ.થી ૧૦ ટકાનો ઘટાડો આવે તો આપણે વધુ એક ભાગ વેચવાનો રહેશે.

જો શૅરમાં ૨૦૦ ડી.એમ.એ.થી ૧૫ ટકાનો ઘટાડો આવે તો આપણે વાસ્તવિક ભાગ વેચવાનો રહેશે. 'પહેલા આવો,પહેલાં મેળવો'ની નીતિ પર ચાલતા આપણે સૌથી પહેલા આપણા સૌથી જૂના ખરીદેલા શૅર વેચવાના રહેશે.

તો ચંદુએ પહેલા લૉટ માટે બંધ બજારમાં વેચાણનો આદેશ આપી દીધો.

જ્યારે પણ બંધ બજારમાં વેચાણનો આદેશ આપીએ તો તેને હંમેશા મર્યાદિત પ્રાઈઝથી ૧ ટકા ઓછા રાખો, કારણ કે જો કોઈ શૅર ટેકનિકલ રૂપે નબળો હોય તો શક્ય છે કે આગામી કામકાજના સત્રમાં તે કેટલાક અંતર

સાથે ખૂલે. અને જો આગામી દિવસે શૅર પાછલા બંધ ભાવથી નીચે ખૂલે અને બજારના કામકાજ દરમિયાન તેનો ભાવ નહીં વધે તો તમે તેને વેચવાની તક ગુમાવી બેસશો.

લાગે છે, તમે ચંદુના પહેલા લૉટ અંગે ભૂલી ગયા છો. ડાઉનલોડ કરેલી શીટમાં શીટ ૨ જુઓ, જ્યાં મેં ચંદુની સંપૂર્ણ બૅલેન્સ શીટ આપી છે.

જો તમે એક્સેલ શીટ ડાઉનલોડ નથી કરી તો આ ચિત્ર દ્વારા ચંદુની ખરીદીને યાદ કરો અને એ બાબત જાણો કે ચંદુ આગામી કામકાજના સત્રમાં કયો લૉટ વેચવાનો છે.

ચંદુ બૅલેન્સ શીટ ૧૯ સપ્ટેમ્બર, ૨૦૦૫થી

તારીખ	ખરીદી	દર @ વ્યાજ	કુલ રોકાણ લાભ	બચત તફાવત	લાભાંશ	રોકડ રકમનો
૧૯ સપ્ટે., ૦૮	-	-	-	૩૬૧૫.૪૭	-	૧૦૨૧૭૫.૯૩
૨૧ મે, ૦૯	૪૨૬	૨૩.૪૮	૧૦૦૦૨.૪૮	-	-	૯૨૧૭૩.૪૫
૨૨ મે, ૦૯	૨૦૩	૨૪.૬૯	૫૦૧૨.૦૭	-	-	૮૭૧૬૧.૩૮
૨૫ મે, ૦૯	૧૮૯	૨૬.૫૬	૫૦૧૯.૮૪	-	-	૮૨૧૪૧.૫૪
૨૬ મે, ૦૯	૧૭૭	૨૮.૨૨	૪૯૯૪.૯૪	-	-	૭૭૧૪૬.૬
૨૮ મે, ૦૯	૩૧૧	૩૨.૧૧	૯૯૮૬.૨૧	-	-	૬૭૧૬૦.૩૯
૧ જૂન, ૦૯	૧૪૫	૩૪.૫૪	૫૦૦૮.૩	-	-	૬૨૧૫૨.૦૯
૧૮ સપ્ટે.,૦૯	૧૨૭	૩૯.૫૪	૫૦૨૧.૫૮	-	-	૫૭૧૩૦.૫૧
૧૯ સપ્ટે.,૦૯	-	-	-	૩૫૨૦.૦૧	-	૬૦૬૫૦.૫૨
૨૨ માર્ચ, ૧૦	૧૩૯	૩૬.૦૫	૫૦૧૦.૯૫	-	-	૫૫૬૩૯.૫૭
૨૨ એપ્રિલ,૧૦	૧૩૮	૩૬.૩૬	૫૦૧૭.૬૮	-	-	૫૦૬૨૧.૮૯

ઉપરની બૅલેન્સ શીટની દૃષ્ટિએ ૨૧ મે, ૨૦૦૯ના રોજ ચંદુએ બે લૉટ ખરીદ્યા હતા - પહેલા ૫ ટકાના વધારા પર અને બીજો ૧૦ ટકાના વધારા પર, આમ, ૪૨૬/૨ = ૨૧૩ શૅરનો પહેલો લૉટ માનવામાં આવશે.

૭ મે, ૨૦૧૦ના રોજ

બંધ ભાવ ૩૨.૯૦

૨૦૦ ડી.એમ.એ.થી - ૫.૭૨ ટકા નીચે

૨૧૩ શૅર વેચ્યા.

ઑર્ડર ભાવ - ૩૨.૫૮ (અંતિમ બંધ ભાવ - ૩૨ - ૯૦ - ૦.૩૨). મારા ખયાલથી તમને યાદ હશે કે જ્યારે તમે બંધ બજારમાં વેચાણનો ઑર્ડર આપો છો તો તમારે હંમેશા બંધ ભાવથી ૧ ટકા ઓછો ભાવ રાખવો જોઈએ.

આગામી કામકાજના દિવસ ૧૦ મે, ૨૦૧૦ના રોજ ચંદુના ઑર્ડરનો અમલ થઈ ગયો અને તેણે તેના ૨૧૩ શૅર વેચી દીધા.

કુલ પ્રાપ્ત રકમ - ૨૧૩ x ૩૨.૫૮ = ૬,૯૩૯.૫૪ રૂપિયા.

આ ૨૧૩ શૅરની મૂળ રકમ હતી - ૨૧૩ x ૨૩.૪૮ = ૫,૦૦૧.૨૪ રૂપિયા

બાકીના શૅર - ૧,૬૪૨

બાકી રકમ-૫૦,૬૨૧.૮૯+૬,૯૩૯.૫૪=૫૭,૫૬૧.૪૩ રૂપિયા.

કુલ મળેલો લાભ - ૧,૯૩૮.૩ રૂપિયા.

ગણતરીમાં સરળતા માટે મેં દલાલીનો ઉદાહરણમાં સમાવેશ નથી કર્યો.

૨૧ મે, ૨૦૧૦ના રોજ

બંધ ભાવ ૩૧.૫૫

૨૦૦ ડી.એમ.એ.થી - ૧૧.૩૯ ટકા નીચે

હવે સમય હતો ખરીદવામાં આવેલા સૌથી જૂના શૅર વેચવાનો. તેમાં સૌથી જૂનો લૉટ ૨૧૩ શૅરનો છે, જે તેણે ૨૧ મે, ૨૦૦૯ના રોજ ખરીદ્યો હતો. (એક્સેલ શીટ પર બૅલેન્સ શીટમાં ૨૧ મે, ૨૦૦૯ની તારીખ જુઓ. આ દિવસે ચંદુએ બે લૉટમાં ૨૩.૪૮ રૂપિયાના દરે ૪૨૬ શૅર ખરીદ્યા હતા. અહીં આપણે માનીને ચાલીએ કે ૪૨૬/૨ = ૨૧૩ શૅર.

૨૧૩ શૅર વેચી દેવાયા.

ઑર્ડર ભાવ - ૩૧.૨૪ (અંતિમ બંધ ભાવ ૩૧.૫૫ - ૦.૩૧). મને લાગે છે કે તમને યાદ હશે કે બંધ બજાર પર વેચાણ ઑર્ડર કરતી વખતે આપણે તેને હંમેશા બંધ ભાવથી ૧ ટકા ઓછો રાખવો જોઈએ.

આગામી કામકાજના દિવસ ૨૪ મે, ૨૦૧૦ના રોજ ચંદુના ઑર્ડરનો અમલ થઈ ગયો અને તેણે તેના ૨૧૩ શૅર વેચી દીધા.

કુલ મળેલી રકમ - ૨૧૩ X ૩૧.૨૪ = ૬,૬૫૪.૧૨ રૂપિયા.

આ ૨૧૩ શૅરની મૂળ કિંમત - ૨૧૩ x ૨૩.૪૮ = ૫,૦૦૧.૨૪ રૂપિયા.

કુલ લાભ - ૬,૬૫૪.૧૨ - ૫,૦૦૧.૨૪ = ૧,૬૫૨.૮૮ રૂપિયા

બાકીના શૅર - ૧,૪૨૯

બાકી રકમ - ૫૭,૫૬૧.૪૩ + ૬,૬૫૪.૧૨ = ૬૪,૨૧૫.૫૫ રૂપિયા.

કુલ મળેલો લાભ - ૩,૫૯૧.૧૮ રૂપિયા.

ગણતરીમાં સરળતા માટે મેં દલાલીનો ઉદાહરણમાં સમાવેશ કર્યો નથી.

તારીખ	વેચ્યા	દર @	કુલ રકમ	બાકી રોકડ
૧૦ મે, ૧૦	૨૧૩	૩૨.૫૮	૬૯૩૯.૫૪	૫૭૫૬૧.૪૩
૨૪ મે, ૧૦	૨૧૩	૩૧.૨૪	૬૬૫૪.૧૨	૫૪૨૧૫.૫૫
૨૬ મે, ૧૦	૨૦૩	૩૦.૨૫	૬૧૪૦.૭૫	૭૦૩૫૬.૩

૨૫ મે, ૨૦૧૦ના રોજ

બંધ ભાવ ૩૦.૫૫

૨૦૦ ડી.એમ.એ.થી -૧૫.૧૭ ટકા નીચે.

હવે સમય હતો ખરીદવામાં આવેલા જૂના શૅરોને વેચવાનો. તેમાં સૌથી જૂનો લૉટ ૨૦૩ શૅરનો છે, જે તેણે ૨૨ મે, ૨૦૦૯ના રોજ ખરીદ્યો

હતો. એક્સેલ શીટ પર બૅલેન્સ શીટમાં ૨૨ મે, ૨૦૦૯માં જુઓ કે ચંદુએ ૨૪.૬૯ રૂપિયા પર ૨૦૩ શૅર ખરીદ્યા હતા.

અહીં આપણે આ ૨૦૩ શૅરને સૌથી જૂનો લૉટ માનીશું.

૨૦૩ શૅર વેચી દેવાયા.

ઑર્ડર ભાવ - ૩૦.૨૫ (અંતિમ બંધ ભાવ ૩૦.૫૫ - ૦.૩૦). મને લાગે છે કે તમને યાદ હશે કે બંધ બજાર પર વેચાણ ઑર્ડર કરતી વખતે આપણે તેને હંમેશા બંધ ભાવથી ૧ ટકા ઓછો રાખવો જોઈએ.

આગામી કામકાજના દિવસ ૨૬ મે, ૨૦૧૦ના રોજ ચંદુના ઑર્ડરનો અમલ થઈ ગયો અને તેણે તેના ૨૦૩ શૅર વેચી દીધા.

કુલ મળેલી રકમ - ૨૦૫ x ૨૪.૬૯ = ૬,૧૪૦.૭૫ રૂપિયા.

આ ૨૦૩ શૅરની મૂળ કિંમત - ૨૧૩ X ૨૪.૬૯ = ૫,૦૧૨.૦૭ રૂપિયા.

કુલ લાભ - ૬,૧૪૦.૭૫ - ૫,૦૧૨.૦૭ = ૧,૧૨૮.૬૮ રૂપિયા

બાકીના શૅર - ૧,૨૨૬

બાકી રકમ - ૬૪,૨૧૫.૫૫ + ૬,૧૪૦.૭૫ = ૭૦,૨૫૬.૩ રૂપિયા.

કુલ મળેલો લાભ - ૪,૭૧૯.૮૬ રૂપિયા.

ગણતરીમાં સરળતા માટે મેં દલાલીનો ઉદાહરણમાં સમાવેશ કર્યો નથી.

આપણે ઉપરનાં ઉદાહરણોમાંથી શું શીખ્યા -

ઉપરનાં ઉદાહરણોમાં આપણે જોયું કે જ્યારે પણ શૅરનો ભાવ તેના ૨૦૦ ડી.એમ.એ.થી ઓછો હોય, ત્યારે ૨૦૦ ડી.એમ.એ.થી પ્રત્યેક – ૫ ટકા, પ્રત્યેક -૧૦ ટકા, પ્રત્યેક -૧૫ ટકા ભાવ ઘટતા અથવા પાંચના ગુણાંકમાં ઘટાડા પર મારું સોફ્ટવેર આપમેળે જ સૌથી જૂનો લૉટ વેચવાનો આદેશ આપી દે છે.

મોટા ભાગે તમારો આ સૌથી જૂનો લૉટ એક વર્ષ અથવા તેનાથી

થોડોક વધુ જૂનો હોય છે, તેથી તમે પ્રોફિટ બુક કર્યા પછી પણ તમારે ટૂંકા સમય પરનો મૂડી લાભ કર ચૂકવવો નહીં પડે.

આ પ્રોફિટ બુકિંગથી આપણી રોકડ રકમમાં વધારો થશે, જેનો આપણે ફરીથી શૅરના ભાવ વધતા ઉપયોગ કરી શકીએ છીએ.

આ પદ્ધતિ દ્વારા તમને આપમેળે જ ખ્યાલ આવી જશે કે શૅર કયા સમયે વેચવાના છે અને કયા સમયે ખરીદવાના છે.

આમ, સલામત રોકાણ દ્વારા મહત્તમ રિટર્ન મેળવવા માટે પાંચ-દસ વર્ષનું એક સામટી મૂડી રોકવાના બદલે શૅરજિનિયસ સોફ્ટવેરનો ઉપયોગ કરો.

આગામી પ્રકરણમાં આપણે ચંદુ અને ચિંકીના પાંચ વર્ષના લાભની સરખામણી કરીશું.

❑

પાંચ વર્ષીય લાભની સરખામણી

મે, ૨૦૧૦ના શૅરબજારના ઘટાડા પછી અરવિંદ લિ.ના શૅર ફરી વધવા લાગ્યા અને ૫ ઑગસ્ટ, ૨૦૧૦ના રોજ ૨૦૦ ડી.એમ.એ.થી ૫ ટકા ઉપર બંધ આવ્યા. ૧૯ સપ્ટેમ્બર, ૨૦૧૦ના રોજ ચંદુ અને ચિંકીના રોકાણને પાંચ વર્ષ પૂરા થતા તેમની પરિસ્થિતિ પર વાત કરતા પહેલાં હું આપને ટૂંકમાં ચંદુની નવીન ખરીદી અંગે જણાવવા માગું છું.

૫ ઑગસ્ટ, ૨૦૧૦ના રોજ

બંધ ભાવ ૩૭.૧૫

૨૦૦ ડી.એમ.એ.થી ૫.૧૦ ટકા ઉપર.

આ સમય હતો ૫ ટકા નવીન વધારાના ઑર્ડરનો.

૧૩૪ શૅર @ ૩૭.૫૨ (૩૭.૧૫ + ૦.૩૭)નો ઑર્ડર આપ્યો.

આગામી કામકાજના દિવસ ૬ ઑગસ્ટ, ૨૦૧૦ના રોજ ચંદુના ઑર્ડરનો અમલ થઈ ગયો અને તેણે ૧૩૪ શૅર ખરીદી લીધા.

નવું રોકાણ = ૧૩૪ x ૩૭.૫૨ = ૫,૦૨૭.૬૮ રૂપિયા.

૬ ઑગસ્ટ, ૨૦૧૦ના રોજ કુલ શૅર - ૧૩૬૦

બાકી રોકડ - ૭૦,૩૫૬.૩૦ - ૫,૦૨૭.૬૮ = ૬૫,૩૨૮.૬૨

ગણતરીમાં સરળતા માટે મેં દલાલીનો ઉદાહરણમાં સમાવેશ કર્યો નથી.

૬ ઑગસ્ટ, ૨૦૧૦ના રોજ ચંદુ પાસે અરવિંદના કુલ ૧,૩૬૦ શૅર હતા, જેનું બજાર મૂલ્ય ૫૧,૦૨૭.૨ હતું. આ સમયે ચંદુનો અપ્રાપ્ત લાભ

૫,૯૩૯.૪૭ રૂપિયા હતો.

ચંદુનો અપ્રાપ્ત લાભ - ૫,૯૩૯.૪૭ રૂપિયા.

પ્રાપ્ત લાભ - ૪,૭૧૯.૮૬ રૂપિયા.

૬ ઑગસ્ટ, ૨૦૧૦ના રોજ કુલ લાભ - ૧૦,૬૫૯.૩૩ રૂપિયા.

૧૦ ઑગસ્ટ, ૨૦૧૦ના રોજ

બંધ ભાવ ૩૯.૪

૨૦૦ ડી.એમ.એ.થી ૧૦.૫૯ ટકા ઉપર.

આ સમય હતો ૧૦ ટકા નવીન વધારાના ઑર્ડરનો.

૧૨૬ શૅર @ ૩૯.૭૯ (૩૯.૪ + ૦.૩૯)નો ઑર્ડર આપ્યો.

આગામી કામકાજના દિવસ ૧૧ ઑગસ્ટ, ૨૦૧૦ના રોજ ચંદુના ઑર્ડરનો અમલ થઈ ગયો અને તેણે ૧૨૬ શૅર ખરીદી લીધા.

નવું રોકાણ = ૧૨૬ X ૩૯.૭૯ = ૫,૦૧૩.૫૪ રૂપિયા.

૧૧ ઑગસ્ટ, ૨૦૧૦ના રોજ કુલ શૅર - ૧,૪૮૬

બાકી રોકડ - ૬૫,૩૨૮.૬૨ - ૫,૦૧૩.૫૪ = ૬૦,૩૧૫.૦૮

ગણતરીમાં સરળતા માટે મેં દલાલીનો ઉદાહરણમાં સમાવેશ કર્યો નથી.

૧૧ ઑગસ્ટ, ૨૦૧૦ના રોજ ચંદુ પાસે અરવિંદના કુલ ૧,૪૮૬ શૅર હતા, જેનું બજાર મૂલ્ય ૫૯,૧૨૭.૯૪ હતું. આ સમયે ચંદુનો અપ્રાપ્ત લાભ ૯,૦૨૬.૬૭ રૂપિયા હતો.

ચંદુનો અપ્રાપ્ત લાભ - ૯,૦૨૬.૬૭ રૂપિયા.

પ્રાપ્ત લાભ - ૪,૭૧૯.૮૬ રૂપિયા.

૧૧ ઑગસ્ટ, ૨૦૧૦ના રોજ કુલ લાભ - ૧૩,૭૪૬.૫૩ રૂપિયા.

૧૭ ઑગસ્ટ, ૨૦૧૦ના રોજ

બંધ ભાવ ૪૩.૧

૨૦૦ ડી.એમ.એ.થી ૧૭.૯૯ ટકા ઉપર.

આ સમય હતો ૧૫ ટકા નવીન વધારાના ઑર્ડરનો.

૧૧૫ શૅર @ ૪૩.૫૩ (૪૩.૧ + ૦.૪૩)નો ઑર્ડર આપ્યો.

આગામી કામકાજના દિવસ ૧૮ ઑગસ્ટ, ૨૦૧૦ના રોજ ચંદુના ઑર્ડરનો અમલ થઈ ગયો અને તેણે ૧૧૫ શૅર ખરીદી લીધા.

નવું રોકાણ = ૧૧૫ x ૪૩.૫૩ = ૫,૦૦૫.૯૫ રૂપિયા.

૧૮ ઑગસ્ટ, ૨૦૧૦ના રોજ કુલ શૅર - ૧,૬૦૧

બાકી રોકડ - ૬૦,૩૧૫.૦૮ - ૫,૦૦૫.૯૫ = ૫૫,૩૦૯.૧૩

ગણતરીમાં સરળતા માટે મેં દલાલીનો ઉદાહરણમાં સમાવેશ કર્યો નથી.

૧૮ ઑગસ્ટ, ૨૦૧૦ના રોજ ચંદુ પાસે અરવિંદના કુલ ૧,૬૦૧ શૅર હતા, જેનું બજાર મૂલ્ય ૬૯,૬૯૧.૫૩ હતું. આમ, ચંદુનો ચોખ્ખો નફો ૧૪,૫૮૪.૩૧ રૂપિયા હતો.

ચંદુનો અપ્રાપ્ત લાભ - ૧૪,૫૮૪.૩૧ રૂપિયા.

પ્રાપ્ત લાભ - ૪,૭૧૯.૮૬ રૂપિયા.

૧૮ ઑગસ્ટ, ૨૦૧૦ના રોજ કુલ લાભ - ૧૯,૩૦૪.૧૭ રૂપિયા.

૭ સપ્ટેમ્બર, ૨૦૧૦ના રોજ

બંધ ભાવ ૪૫

૨૦૦ ડી.એમ.એ.થી ૨૦.૧૯ ટકા ઉપર.

આ સમય હતો ૨૦ ટકા નવીન વધારાના ઑર્ડરનો.

૧૧૦ શૅર @ ૪૫.૪૫ (૪૫ + ૦.૪૫)નો ઑર્ડર આપ્યો.

આગામી કામકાજના દિવસ ૮ સપ્ટેમ્બર, ૨૦૧૦ના રોજ ચંદુના ઑર્ડરનો અમલ થઈ ગયો અને તેણે ૧૧૦ શૅર ખરીદી લીધા.

નવું રોકાણ = ૧૧૦ x ૪૫.૪૫ = ૪,૯૯૯.૫ રૂપિયા.

૮ સપ્ટેમ્બર, ૨૦૧૦ના રોજ કુલ શૅર - ૧,૭૧૧

બાકી રોકડ - ૫૫,૩૦૯.૧૩ - ૪,૯૯૯.૫ = ૫૦,૩૦૯.૬૩

ગણતરીમાં સરળતા માટે મેં દલાલીનો ઉદાહરણમાં સમાવેશ કર્યો નથી.

૮ સપ્ટેમ્બર, ૨૦૧૦ના રોજ ચંદુ પાસે અરવિંદના કુલ ૧,૭૧૧ શૅર હતા, જેનું બજાર મૂલ્ય ૭૭,૭૬૪.૯૫ હતું. આ સમયે ચંદુનો અપ્રાપ્ત લાભ ૧૭,૬૫૮.૨૩ રૂપિયા હતો.

ચંદુનો અપ્રાપ્ત લાભ - ૧૭,૬૫૮.૨૩ રૂપિયા.

પ્રાપ્ત લાભ - ૪,૭૧૯.૮૬ રૂપિયા.

૮ સપ્ટેમ્બર, ૨૦૧૦ના રોજ કુલ લાભ - ૨૨,૩૭૮.૦૯ રૂપિયા.

વ્યાજમાંથી આવક - ૧૯ સપ્ટેમ્બર, ૨૦૧૦ના વધુ એક વર્ષ (કુલ પાંચ વર્ષ) પૂરું થઈ ગયું, એટલે કે ચંદુના બચત ખાતામાં રોકડમાં ૪ ટકા રકમ ઉમેરવાનો સમય આવી ગયો હતો.

મેં ૨૦ સપ્ટેમ્બર, ૨૦૦૯થી ૧૯ સપ્ટેમ્બર ૨૦૧૦ વચ્ચે બચત ખાતામાં લઘુતમ માસિક રકમ પર વ્યાજની ગણતરી કરી, જે ૪ ટકા વ્યાજના પગલે ૨,૪૧૨.૪૭ રૂપિયા થઈ.

વ્યાજમાંથી થયેલી આવક પછી ૧૯ સપ્ટેમ્બર, ૨૦૧૦ના રોજ ચંદુની રોકડ મૂડી ૫૦,૩૦૯.૬૩ +૨,૪૧૨.૪૭ = ૫૨,૭૨૨.૧૦ હતી.

એટલે કે છેલ્લાં પાંચ વર્ષમાં ચંદુએ અરવિંદના શૅરથી ૨૨,૩૭૮.૦૯ અને બચત ખાતાના વ્યાજથી ૧૭,૫૬૭.૯૫ રૂપિયાની કમાણી કરી. આ રીતે છેલ્લાં પાંચ વર્ષમાં તેનો કુલ નફો ૨૨,૩૭૮.૦૯ + ૧૭,૫૬૮.૯૫ = ૩૯,૯૪૭.૦૪ રહ્યો.

જો ચંદુએ ૧૯ સપ્ટેમ્બર, ૨૦૦૫ના રોજ ચિંકીની જેમ અરવિંદના શૅરમાં બધું જ ૧ લાખ રૂપિયાનું રોકાણ કરીને ૭૧૦ શૅર ખરીદ્યા હોત તો શું થાત ?

જો તેણે મારા સૉફ્ટવેર ઉપયોગ ન કર્યો હોત અને ૭૧૦ શૅર લઈ લીધા હોત તો તેને શું મળ્યું હોત ?

આ સ્થિતિમાં પાંચ વર્ષ પછી ચંદુ પાસે એકત્રિત ૭૧૦ શૅરનું બજાર

મૂલ્ય માત્ર ૭૧૦ X ૪૫.૨૦ = ૩૨,૦૯૨ હોત અને પાંચ વર્ષ પછી પણ તેની પાસે માત્ર ૭૧૦ શૅર હોત.

પરંતુ મારી ટેકનિકનો ઉપયોગ કર્યા પછી તેણે ૩૯,૯૪૭.૦૪ રૂપિયાની કમાણી કરી અને તે ૭૧૦ની જગ્યાએ ૧,૭૧૧ શૅરનો માલિક છે.

આમ, વર્ષ ૨૦૦૫થી ૨૦૧૦ સુધીના પાંચ વર્ષ અરવિંદ લિ. માટે મંદીનું ચક્ર રહ્યું, જ્યાં તેના શૅરનો ભાવ ૧૬૦થી ગગડીને ૧૨ થયો અને ફરી વધીને ૪૫ સુધી જ પહોંચી શક્યો.

આ વાર્તામાંથી તમે એ શીખી શકો છો કે શૅરોના મંદી ચક્રમાં મારી ટેકનિકનો ઉપયોગ કરવાથી શું થાય છે.

પરંતુ આ વાર્તાનો મુખ્ય ભાગ હજી પણ બાકી છે. તેમાં તમે જોશો કે આ ટેકનિક અરવિંદના શૅરોના તેજીના ચક્રમાં પણ કેટલી અસરકારક રહી. જ્યારે ચિંકીનું સપનું હકીકતમાં બદલાયું અને અરવિંદ મિલ્સના શૅર ૪૧૫ રૂપિયાના ભાવને સ્પર્શવા લાગ્યા અને અરવિંદ મિલ્સના શૅરે માત્ર ટોચના ભાવને જ સ્પર્શ ન કર્યો, પરંતુ તેનું બે કંપનીઓમાં ડીમર્જર પણ થઈ ગયું, જેમાંથી એકનું નામ અરવિંદ લિ અને બીજાનું અરવિંદ ઇન્ફ્રાસ્ટ્રક્ચર લિ.નું નામ અપાયું.

મોટા ભાગના વાચકો વિચારતા હશે કે ચંદુ પાસે તો રોકડના રૂપમાં માત્ર ૫૨,૭૨૨.૧૦ રૂપિયા છે. જો તે શૅરોના ૪૧૫ સુધી વધવા દરમિયાન વધુમાં વધુ ખરીદી કરે તો ચંદુની રોકડ ટૂંક સમયમાં જ ખતમ થઈ જશે અને ૧૦ લૉટ ખરીદ્યા પછી તેની પાસે નવી ખરીદી માટે રોકડ નહીં હોય.

પરંતુ આ ફૉર્મ્યુલા એટલી સ્વચાલિત છે કે શૅરોના ભાવમાં થનારો નાનો ઘટાડો પણ પ્રોફિટ બુક કરવાની સલાહ આપે છે. પ્રોફિટ બુક કરવાથી આપણી રોકડ વધે છે, જેનો આપણે શૅરોના ભાવ વધવા પર પુનઃ ઉપયોગ કરી શકીએ છીએ.

મને લાગે છે કે અત્યાર સુધી તમે કંટાળી ગયા હશો. હવે હું તમને ચંદુ અને ચિંકીને આઇસક્રીમ પીરસનારા વેઇટરની ખૂબ જ રસપ્રદ વાર્તા સંભળાવું છું.

❑

ચંદુ અને ચિંકીને આઈસક્રીમ પીરસનારા વેઈટરનું રોકાણ

આ વાર્તા આ પુસ્તકની પેટા વાર્તા છે. તમને ખબર જ છે કે ચંદુ અને ચિંકીને આઈસક્રીમ કોન ખાવાનું પસંદ છે અને તે મોટા ભાગે 'ચામુંડા કાફે ઍન્ડ આઈસક્રીમ કોર્નર'માં આઈસક્રીમ કોનનો આનંદ લેવા જાય છે.

ત્યાં એક વેઈટર ધીસુભાઈને પણ શૅરબજારમાં રસ હતો. પરંતુ ધીસુભાઈ પોતાનું નસીબ માત્ર ઈન્ટ્રા ડે અને રોકડ બજારમાં જ અજમાવતા હતા.

ધીસુભાઈ જાણતા હતા કે ચંદુ અને ચિંકી પણ શૅરબજારમાં રોકાણ કરે છે. આથી, ચંદુ અને ચિંકીને આઈસક્રીમ કોન પીરસતી વખતે તે થોડોક સમય રોકાઈને તેમની વાતચીત સાંભળવાનો પ્રયાસ કરતા.

તેમણે ચિંકીના સપના અંગે સાંભળ્યું હતું. તે પણ અરવિંદ મિલ્સના કેટલાક શૅર ખરીદવા માગતા હતા. પરંતુ વર્ષ ૨૦૦૫માં તેણે ૧૪૦ના ઊંચા ભાવ જોઈ તે આ સ્તરે રોકાણ કરવાની હિંમત કરી શક્યા નહીં.

વર્ષ ૨૦૦૮માં શૅરબજાર ઘટ્યા પછી તેમણે જોયું કે અરવિંદના શૅર ૧૪૦થી ૪૬ ઉપર આવી ગયા છે. તેમણે વિચાર્યું કે શૅર ૬૭ ટકા નીચે આવી ગયા છે અને તેમણે આ તક છોડવી જોઈએ નહીં.

ધીસુભાઈને પણ સ્વપ્ન પર વિશ્વાસ હતો. તેમને લાગ્યું કે માતાજી (દુર્ગા દેવી)એ તેમને શૅરબજારના માધ્યમથી કરોડપતિ બનવાની તક આપી છે.

તેથી ૨૩ જાન્યુઆરી, ૨૦૦૮ના જે ટ્રેડિંગ સત્ર દરમિયાન ચંદુએ પોતાના ૫૫૭ શૅર ૪૬ રૂપિયાના ભાવે વેચી નાંખ્યા હતા, તે જ દિવસે ધીસુભાઈએ ૪૬ રૂપિયા પર અરવિંદ મિલ્સના ૬૦૦ શૅર ખરીદવાનો ઑર્ડર આપ્યો.

શું સંયોગ છે, એક્સચેન્જે ચંદુના ૫૫૭ શૅર ધીસુભાઈને વેચી નાંખ્યા.

૨૩ જાન્યુઆરી, ૨૦૦૮ના ધીસુભાઈએ અરવિંદના શૅરોમાં ૬૦૦ x ૪૬ = ૨૭,૬૦૦ રૂપિયાનું રોકાણ કર્યું અને ૧૨ માર્ચ, ૨૦૦૯ના રોજ શૅર ૧૧.૨૦ સુધી ઘટી ગયા.

આ રીતે ધીસુભાઈના ૬૦૦ શૅરની કિંમત માત્ર ૬,૭૨૦ રૂપિયા રહી ગઈ. તે ૨૦,૮૮૦ રૂપિયાના અંદાજિત નુકસાનમાં હતો, પરંતુ તેમણે વિચાર્યું કે હું ચિંકી જેવો મૂર્ખ નથી, જે નુકસાનમાં શૅર વેચી દઉં. હું તો ‘યોગ્ય ખરીદો, ટકી રહો’ના સિદ્ધાંત પર વિશ્વાસ રાખું છું.

ધીસુભાઈ ૧૨ માર્ચે થયેલા નુકસાનથી ગભરાયા નહીં અને તેમણે શૅર પોતાની પાસે જ રાખ્યા.

૨ વર્ષ અને ૮ મહિનાના લાંબા સમય પછી ૧૫ સપ્ટેમ્બર, ૨૦૧૦ના રોજ અરવિંદ ૪૬.૩૫ ઉપર બંધ થયો. ધીસુભાઈએ ત્યારે પણ શૅર વેચ્યા નહીં. તેમણે વિચાર્યું, મારે આ શૅર લગભગ ત્રણ વર્ષ સુધી મારી પાસે રાખવા જોઈએ. જો મેં તેને નફા-નુકસાન વિના વેચી દીધા તો તેને ત્રણ વર્ષ સુધી પોતાની પાસે રાખવાથી મને શું મળ્યું ?

ધીસુભાઈએ સમજદારી દર્શાવતાં નિર્ણય કર્યો કે તે સ્ટૉપ લૉસની ચિંતા ન કરતા આ શૅર પોતાની પાસે જ રાખશે.

દુર્ભાગ્યવશ, શૅર ફરી ઘટવા લાગ્યા અને ૨૨ સપ્ટેમ્બર, ૨૦૧૫ના રોજ અરવિંદ @ ૪૨.૬૫ના ભાવ પર બંધ થયો. હવે ધીસુભાઈ ફરી એક વખત નુકસાનમાં હતા. તેમણે પોતાની રણનીતિ બદલી અને વિચાર્યું કે હવે તેનો ભાવ ૪૬ થતા જ હું તેને વેચી નાંખીશ અને તેની જગ્યાએ યોગ્ય ભાવ અને વધુ સંભાવનાવાળા જણાતા ‘સુઝલોન એનર્જી’ના શૅર ખરીદી લઈશ.

નસીબે ધીસુભાઈને સાથ આપ્યો અને ૧ ઑક્ટોબર, ૨૦૧૦ના રોજ

અરવિંદ લિ. (૨૭ જૂન, ૨૦૦૮ના 'અરવિંદ મિલ્સ'નું નામ બદલીને 'અરવિંદ લિ.' થઈ ગયું હતું.)ના ભાવ ફરીથી વધવા લાગ્યા અને ધીસુભાઈએ પોતાના ૬૦૦ શૅર કોઈ નફા-નુકસાન વિના વેચી દીધા.

આ વખતે ધીસુભાઈએ હોશિયારી વાપરી અને આ નાણાંનું બીજે રોકાણ કર્યું. તેમણે ૧ ઑક્ટોબર, ૨૦૧૦ના રોજ સુઝલોન એનર્જીના ૫૦૦ શૅર ૫૫ રૂપિયા પ્રતિ શૅરથી ખરીદી લીધા.

હું આ વાર્તા ૧ જાન્યુઆરી, ૨૦૧૭ના રોજ લખી રહ્યો છું. છેલ્લા ૭ વર્ષમાં સુઝલોનના શૅરનો ભાવ ૫૫થી આગળ વધ્યો નથી અને આજે સુઝલોન એનર્જીનો ભાવ ૧૩.૯૪ છે. ધીસુભાઈ ખૂબ જ ચતુર છે અને તે આજે પણ તેના ફરીથી ૫૫ના ભાવ પર આવવાની રાહ જોઈ રહ્યા છે, જેથી તેઓ તેને કોઈ પણ નફાનુકસાન વિના વેચી શકે.

મને લાગે છે કે તમારે આ વાર્તાનો આશય સમજીને પોતાની રોકાણ શૈલીની ચંદુ, ચિંકી અને ધીસુભાઈ સાથે સરખામણી કરવી જોઈએ.

જો તમારી રોકાણ શૈલી ચિંકી અથવા ધીસુભાઈ જેવી હોય તો મહેરબાની કરી પોતાની રોકાણ શૈલીને ચંદુની શૈલીમાં પરિવર્તિત કરો.

એ જ આ પુસ્તકનો મુખ્ય ધ્યેય છે.

❑

ચંદુની ૧૫ ડિસેમ્બર, ૨૦૧૧ સુધીની ખરીદીનો સારાંશ

જો તમે આ પુસ્તકના આગળના ૧૭ પ્રકરણ ધ્યાનપૂર્વક વાંચ્યાં હશે તો તમે મારા વિચારને સમજવા લાગ્યા હશો. અહીં હું ચંદુની ૧૫ ડિસેમ્બર, ૨૦૧૧ સુધી અરવિંદ લિ.ના ખરીદવામાં આવેલા શૅરોનો સારાંશ રજૂ કરી રહ્યો છું.

ચંદુ એમ. એસ. એક્સેલ શીટ (શૅર જિનિયસ સોફ્ટવેર અને અરવિંદ લિ.)				
તારીખ	બંધ ભાવ	૨૦૦ ડી.એમ.એ.	ફેરફાર	તફાવત
૧૩ ઓક્ટો., ૧૦	૫૧.૪૫	૩૬.૯૮	૧૪.૪૭	૨૮.૧૩
૧૪ ઓક્ટો., ૧૦	૪૮.૮	૩૭.૦૩	૧૨.૭૭	૨૫.૬૪
૧૫ ઓક્ટો., ૧૦	૫૧.૧	૩૭.૦૯	૧૪.૦૧	૨૭.૪૨
૧૮ ઓક્ટો., ૧૦	૫૨	૩૭.૧૬	૧૪.૮૫	૨૮.૫૫
૧૯ ઓક્ટો., ૧૦	૫૬	૩૭.૨૪	૧૮.૭૬	૩૩.૫૧
૨૦ ઓક્ટો., ૧૦	૫૪.૫	૩૭.૩૧	૧૭.૧૯	૩૧.૫૪
૨૧ ઓક્ટો., ૧૦	૫૩.૮૫	૩૭.૩૯	૧૬.૪૬	૩૦.૫૭
૨૨ ઓક્ટો., ૧૦	૫૪.૩૫	૩૭.૪૫	૧૬.૯૦	૩૧.૧૦
૨૫ ઓક્ટો., ૧૦	૫૬.૯૫	૩૭.૫૨	૧૯.૪૩	૩૪.૧૨
૨૬ ઓક્ટો., ૧૦	૫૫.૬	૩૭.૫૯	૧૮.૦૧	૩૨.૪૦

૨૭ ઓક્ટો., ૧૦	૫૮.૯૫	૩૭.૬૮	૨૧.૨૭	૩૬.૦૮
૨૮ ઓક્ટો., ૧૦	૫૯	૩૭.૭૭	૨૧.૨૩	૩૫.૯૮
૨૯ ઓક્ટો., ૧૦	૫૭.૭	૩૭.૮૬	૧૯.૮૪	૩૪.૩૯
૧ નવે., ૧૦	૫૮.૬	૩૭.૯૫	૨૦.૬૫	૩૫.૨૫
૨ નવે., ૧૦	૫૮.૮૫	૩૮.૦૪	૨૦.૮૧	૩૫.૩૬
૩ નવે., ૧૦	૫૯.૮૫	૩૮.૧૪	૨૧.૭૧	૩૬.૨૮
૪ નવે., ૧૦	૬૦.૩	૩૮.૨૪	૨૨.૦૬	૩૬.૫૯
૫ નવે., ૧૦	૬૦.૯	૩૮.૩૪	૨૨.૫૬	૩૭.૦૪
૮ નવે., ૧૦	૬૨.૮૫	૩૮.૪૫	૨૪.૪૦	૩૮.૮૨
૯ નવે., ૧૦	૬૪.૩	૩૮.૫૭	૨૫.૭૩	૪૦.૦૧
૧૦ નવે., ૧૦	૬૬.૨	૩૮.૭૨	૨૭.૪૮	૪૧.૫૧

અમારી સલાહ છે કે તમે જે એક્સેલ શીટ પહેલાં ડાઉનલોડ કરી હતી, તેની સાથે આ ડેટા સરખાવો.

૧૩ ઑક્ટોબર, ૨૦૧૦ના રોજ

બંધ ભાવ ૫૧.૪૫

૨૦૦ ડી.એમ.એ.થી ૨૮.૧૩ ટકા ઉપર.

આ સમય હતો ૨૫ ટકા નવીન વધારાના ઑર્ડરનો.

૯૭ શૅર @ ૫૧.૯૬ (૫૧.૪૫ + ૦.૫૧)નો ઑર્ડર આપ્યો.

આગામી કામકાજના દિવસ ૧૪ ઑક્ટોબર, ૨૦૧૦ના રોજ ચંદુના ઑર્ડરનો અમલ થઈ ગયો અને તેણે ૯૭ શૅર ખરીદી લીધા.

નવું રોકાણ = ૯૭ X ૫૧.૯૬ = ૫,૦૪૦.૧૨ રૂપિયા.

૧૪ ઑક્ટોબર, ૨૦૧૦ના રોજ કુલ શૅર - ૧,૮૦૮

બાકી રોકડ - ૫૨,૭૨૨.૧ - ૫,૦૪૦.૧૨ = ૪૭,૬૮૧.૯૮

ગણતરીમાં સરળતા માટે મેં આ ઉદાહરણોમાં દલાલીનો સમાવેશ કર્યો નથી.

૧૪ ઑક્ટોબર, ૨૦૧૦ના રોજ

ચંદુ પાસે અરવિંદના કુલ શૅર - ૧,૮૦૮

બજાર ભાવ પ્રતિ શૅર - ૫૧.૯૬

બજાર ભાવ - ૧,૮૦૮ X ૫૧.૯૬ = ૯૩,૯૪૩.૬૮

કુલ સંપત્તિ - રોકડ ૪૭,૬૮૧.૯૮ + શૅરોનું બજાર મૂલ્ય ૯૩,૯૪૩.૬૮ = ૧,૪૧,૬૨૫.૬૬

૧૯ ઑક્ટોબર, ૨૦૧૦ના રોજ

બંધ ભાવ ૫૬

૨૦૦ ડી.એમ.એ.થી ૩૩.૫૧ ટકા ઉપર.

આ સમય હતો ૩૦ ટકા નવીન વધારાના ઑર્ડરનો.

૮૯ શૅર @ ૫૬.૫૬ (૫૬ + ૦.૫૬)નો ઑર્ડર આપ્યો.

આગામી કામકાજના દિવસ ૨૦ ઑક્ટોબર, ૨૦૧૦ના રોજ ચંદુના ઑર્ડરનો અમલ થઈ ગયો અને તેણે ૮૯ શૅર ખરીદી લીધા.

નવું રોકાણ = ૮૯ X ૫૬.૫૬ = ૫,૦૩૩.૮૪ રૂપિયા.

૨૦ ઑક્ટોબર, ૨૦૧૦ના રોજ કુલ શૅર - ૧,૮૯૭

બાકી રોકડ - ૪૭,૬૮૧.૯૮ - ૫,૦૩૩.૮૪ = ૪૨,૬૪૮.૧૪

ગણતરીમાં સરળતા માટે મેં દલાલીનો ઉદાહરણમાં સમાવેશ કર્યો નથી.

૨૦ ઑક્ટોબર, ૨૦૧૦ના રોજ

ચંદુ પાસે અરવિંદના કુલ શૅર - ૧,૮૯૭

પ્રતિ શૅરબજાર ભાવ - ૫૬.૫૬

બજાર ભાવ - ૧,૮૯૭ ટ ૫૬.૫૬ = ૧,૦૭,૨૯૪.૩૨

કુલ સંપત્તિ - રોકડ ૪૨,૬૪૮.૧૪ + શૅરોનું બજાર મૂલ્ય ૧,૦૭,૨૯૪.૩૨ = ૧,૪૯,૯૪૨.૪૬

૨૭ ઑક્ટોબર, ૨૦૧૦ના રોજ

બંધ ભાવ ૫૮.૯૫

૨૦૦ ડી.એમ.એ.થી ૩૬.૦૮ ટકા ઉપર.

આ સમય હતો ૩૫ ટકા નવીન વધારાના ઑર્ડરનો.

૮૪ શૅર @ ૫૯.૫૩ (૫૮.૯૫ + ૦.૫૮)નો ઑર્ડર આપ્યો.

આગામી કામકાજના દિવસ ૨૮ ઑક્ટોબર, ૨૦૧૦ના રોજ ચંદુના ઑર્ડરનો અમલ થઈ ગયો અને તેણે ૮૪ શૅર ખરીદી લીધા.

નવું રોકાણ = ૮૪ x ૫૯.૫૩ = ૫,૦૦૦.૫૨ રૂપિયા.

૨૮ ઑક્ટોબર, ૨૦૧૦ના રોજ કુલ શૅર - ૧,૯૮૧

બાકી રોકડ - ૪૨,૬૪૮.૧૪ - ૫,૦૦૦.૫૨ = ૩૭,૬૪૭.૬૨

ગણતરીમાં સરળતા માટે મેં દલાલીનો ઉદાહરણમાં સમાવેશ કર્યો નથી.

૨૮ ઑક્ટોબર, ૨૦૧૦ના રોજ

ચંદુ પાસે અરવિંદના કુલ શૅર - ૧,૯૮૧

પ્રતિ શૅરબજાર ભાવ - ૫૯.૫૩

બજાર ભાવ - ૧૯૮૧ X ૫૯.૫૩ = ૧,૧૭,૯૨૮.૯૩

કુલ સંપત્તિ - રોકડ ૩૭,૬૪૭.૬૨ + શૅરોનું બજાર મૂલ્ય ૧,૧૭,૯૨૮.૯૩ = ૧,૫૫,૫૭૬.૫૫

૯ નવેમ્બર, ૨૦૧૦ના રોજ

બંધ ભાવ ૬૪.૩

૨૦૦ ડી.એમ.એ.થી ૪૦.૧ ટકા ઉપર.

આ સમય હતો ૪૦ ટકા નવીન વધારાના ઑર્ડરનો.

૭૭ શૅર @ ૬૪.૯૪ (૬૪.૩ + ૦.૬૪)નો ઑર્ડર આપ્યો.

આગામી કામકાજના દિવસ ૧૦ નવેમ્બર, ૨૦૧૦ના રોજ ચંદુના ઑર્ડરનો અમલ થઈ ગયો અને તેણે ૭૭ શૅર ખરીદી લીધા.

નવું રોકાણ = ૭૭ X ૬૪.૯૪ = ૫,૦૦૦.૩૮ રૂપિયા.

૧૦ નવેમ્બર, ૨૦૧૦ના રોજ કુલ શૅર - ૨,૦૫૮

બાકી રોકડ - ૩૭,૬૪૭.૬૨ - ૫,૦૦૦.૩૮ = ૩૨,૬૪૭.૨૪

ગણતરીમાં સરળતા માટે મેં દલાલીનો ઉદાહરણમાં સમાવેશ કર્યો નથી.

૧૦ નવેમ્બર, ૨૦૧૦ના રોજ

ચંદુ પાસે અરવિંદના કુલ શૅર - ૨,૦૫૮

પ્રતિ શૅરબજાર ભાવ - ૬૪.૯૪

બજાર ભાવ - ૨૦૫૮ X ૬૪.૯૪ = ૧,૩૩,૬૪૬.૫૨

કુલ સંપત્તિ - રોકડ ૩૨,૬૪૭.૨૪ + શૅરોનું બજાર મૂલ્ય ૧,૩૩,૬૪૬.૫૨ = ૧,૬૬,૨૯૨.૭૬

૨૩ ઑગસ્ટ, ૨૦૧૧ના રોજ શૅર ફરીથી ૨૦૦ ડી.એમ.એ.થી નીચે આવી ગયો. આમ, જ્યારે શૅરના ભાવ ફરી વધ્યા તો ચંદુએ ૫ ટકા + વધારાની નવી ખરીદી શરૂ કરી દીધી.

ચંદુ એમ. એસ. એક્સેલ શીટ
(શૅર જિનિયસ સોફ્ટવેર અને અરવિંદ લિ.)

તારીખ	બંધ ભાવ	૨૦૦ ડી.એમ.એ.	ફેરફાર	તફાવત
૧૮ ઑગ., ૧૧	૬૫.૫	૬૮.૩૭	-૨.૮૭	-૪.૩૮
૧૯ ઑગ., ૧૧	૬૭.૬	૬૮.૪૧	-૦.૮૧	-૧.૨૦
૨૨ ઑગ., ૧૧	૭૦.૫૫	૬૮.૪૭	૨.૦૮	૨.૯૫
૨૩ ઑગ., ૧૧	૭૩.૪૫	૬૮.૫૩	૪.૯૨	૬.૭૦
૨૪ ઑગ., ૧૧	૭૪.૪૫	૬૮.૬૦	૫.૮૫	૭.૮૬

૨૩ ઑગસ્ટ, ૨૦૧૧ના રોજ

બંધ ભાવ ૭૩.૪૫

૨૦૦ ડી.એમ.એ.થી ૬.૭૦ ટકા ઉપર.

આ સમય હતો ૫ ટકા નવીન વધારાના ઑર્ડરનો.

૬૮ શૅર @ ૭૪.૧૮ (૭૩.૪૫ + ૦.૭૩)નો ઑર્ડર આપ્યો.

આગામી કામકાજના દિવસે (૨૪ ઑગસ્ટ, ૨૦૧૦ના રોજ) ચંદુના ઑર્ડરનો અમલ થઈ ગયો અને તેણે ૬૮ શૅર ખરીદી લીધા.

નવું રોકાણ = ૬૮ X ૭૪.૧૮ = ૫,૦૪૪.૨૪ રૂપિયા.

૨૪ ઑગસ્ટ, ૨૦૧૧ના રોજ કુલ શૅર - ૨,૧૨૬

બાકી રોકડ - ૩૨,૬૪૭.૨૪ - ૫,૦૪૪.૨૪ = ૨૭,૬૦૩

ગણતરીમાં સરળતા માટે મેં દલાલીનો ઉદાહરણમાં સમાવેશ કર્યો નથી.

૨૪ ઑગસ્ટ, ૨૦૧૧ના રોજ

ચંદુ પાસે અરવિંદના કુલ શૅર - ૨,૧૨૬

પ્રતિ શૅરબજાર ભાવ - ૭૪.૧૮

બજાર ભાવ - ૨,૧૨૬ X ૭૪.૧૮ = ૧,૫૭,૭૦૬.૬૮

કુલ સંપત્તિ - રોકડ ૨૭,૬૦૩ + શૅરોનું બજાર મૂલ્ય - ૧,૫૭,૭૦૬.૬૮ = ૧,૮૫,૩૦૯.૬૮

ચંદુ એમ. એસ. એક્સેલ શીટ (શૅર જિનિયસ સોફ્ટવેર અને અરવિંદ લિ.)				
તારીખ	**બંધ ભાવ**	**૨૦૦ ડી.એમ.એ.**	**ફેરફાર**	**તફાવત**
૩૦ ઑગ., ૧૧	૭૮.૩૫	૬૮.૮૨	૯.૫૩	૧૨.૧૭
૨ સપ્ટે., ૧૧	૮૦.૮૫	૬૮.૯૧	૧૧.૯૪	૧૪.૭૭
૫ સપ્ટે., ૧૧	૮૩.૬૫	૬૯.૦૩	૧૪.૬૨	૧૭.૪૮

૬ સપ્ટે., ૧૧	૮૨.૭૫	૬૯.૧૬	૧૩.૫૯	૧૬.૪૨
૭ સપ્ટે., ૧૧	૮૨.૭૫	૬૯.૨૯	૧૩.૪૬	૧૬.૪૭
૮ સપ્ટે., ૧૧	૮૫.૨	૬૯.૪૪	૧૫.૭૬	૧૮.૫૦
૯ સપ્ટે., ૧૧	૯૧.૯	૬૯.૬૧	૨૨.૨૯	૨૪.૨૫
૧૨ સપ્ટે., ૧૧	૯૩.૫	૬૯.૮૦	૨૩.૭૦	૨૫.૩૫
૧૩ સપ્ટે., ૧૧	૯૦.૫૫	૬૯.૯૮	૨૦.૫૭	૨૨.૭૧

૩૦ ઑગસ્ટ, ૨૦૧૧ના રોજ

બંધ ભાવ ૭૮.૩૫

૨૦૦ ડી.એમ.એ.થી ૧૨.૧૭ ટકા ઉપર.

આ સમય હતો ૧૦ ટકા નવીન વધારાના ઑર્ડરનો.

૬૪ શૅર @ ૭૯.૧૩ (૭૮.૩૫ + ૦.૭૮)નો ઑર્ડર આપ્યો.

આગામી કામકાજના દિવસ ૨ સપ્ટેમ્બર, ૨૦૧૦ના રોજ ચંદુના ઑર્ડરનો અમલ થઈ ગયો અને તેણે ૬૪ શૅર ખરીદી લીધા.

નવું રોકાણ = ૬૪ x ૭૯.૧૩ = ૫,૦૬૪.૩૨ રૂપિયા.

૨ સપ્ટેમ્બર, ૨૦૧૧ના રોજ કુલ શૅર - ૨,૧૯૦

બાકી રોકડ - ૨૭,૬૦૩ - ૫,૦૬૪.૩૨ = ૨૨,૫૩૮.૬૮

ગણતરીમાં સરળતા માટે મેં દલાલીનો ઉદાહરણમાં સમાવેશ કર્યો નથી.

૨ સપ્ટેમ્બર, ૨૦૧૧ના રોજ

ચંદુ પાસે અરવિંદના કુલ શૅર - ૨,૧૯૦

પ્રતિ શૅરબજાર ભાવ - ૭૯.૧૩

બજાર ભાવ - ૨,૧૯૦ x ૭૯.૧૩ = ૧,૭૩,૨૯૪.૭

કુલ સંપત્તિ - રોકડ ૨૨,૫૩૮ + શૅરોનું બજાર મૂલ્ય ૧,૭૩,૨૯૪.૭ = ૧,૯૫,૮૩૩.૩૮

૫ સપ્ટેમ્બર, ૨૦૧૧ના રોજ

બંધ ભાવ ૮૩.૬૫

૨૦૦ ડી.એમ.એ.થી ૧૭.૪૮ ટકા ઉપર.

આ સમય હતો ૧૫ ટકા નવીન વધારાના ઑર્ડરનો.

૬૦ શૅર @ ૮૪.૪૮ (૮૩.૬૫ + ૦.૮૩)નો ઑર્ડર આપ્યો.

આગામી કામકાજના દિવસ ૬ સપ્ટેમ્બર, ૨૦૧૧ના રોજ ચંદુના ઑર્ડરનો અમલ થઈ ગયો અને તેણે ૬૦ શૅર ખરીદી લીધા.

નવું રોકાણ = ૬૦ X ૮૪.૪૮ = ૫,૦૬૮.૮ રૂપિયા.

૬ સપ્ટેમ્બર, ૨૦૧૧ના રોજ કુલ શૅર - ૨,૨૫૦

બાકી રોકડ - ૨૨,૫૩૮.૬૮ - ૫,૦૬૮.૮ = ૧૭,૪૬૯.૮૮

ગણતરીમાં સરળતા માટે મેં દલાલીનો ઉદાહરણમાં સમાવેશ કર્યો નથી.

૬ સપ્ટેમ્બર ૨૦૧૧ના રોજ

ચંદુ પાસે અરવિંદના કુલ શૅર - ૨,૨૫૦

પ્રતિ શૅરબજાર ભાવ - ૮૪.૪૮

બજાર ભાવ - ૨,૨૫૦ X ૮૪.૪૮ = ૧,૯૦,૦૮૦

કુલ સંપત્તિ - રોકડ ૧૭,૪૬૯.૮૮ + શૅરોનું બજાર મૂલ્ય ૧,૯૦,૦૮૦ = ૨,૦૭,૫૪૯.૮૮

૯ સપ્ટેમ્બરના રોજ

બંધ ભાવ ૯૧.૯

૨૦૦ ડી.એમ.એ.થી ૨૪.૨૫ ટકા ઉપર.

આ સમય હતો ૨૦ ટકા નવીન વધારાના ઑર્ડરનો.

૫૪ શૅર @ ૯૨.૮૧ (૯૧.૯૦ + ૦.૯૧)નો ઑર્ડર આપ્યો.

આગામી કામકાજના દિવસ ૧૨ સપ્ટેમ્બર, ૨૦૧૧ના રોજ ચંદુના

ઑર્ડરનો અમલ થઈ ગયો અને તેણે ૫૪ શૅર ખરીદી લીધા.

નવું રોકાણ = ૫૪ x ૯૨.૮૧ = ૫,૦૧૧.૭૪ રૂપિયા.

૧૨ સપ્ટેમ્બર, ૨૦૧૧ના રોજ કુલ શૅર - ૨,૩૦૪

બાકી રોકડ - ૧૭,૪૬૯.૮૮ - ૫,૦૧૧.૭૪ = ૧૨,૪૫૮.૧૪

ગણતરીમાં સરળતા માટે મેં દલાલીનો ઉદાહરણમાં સમાવેશ કર્યો નથી.

૧૨ સપ્ટેમ્બર ૨૦૧૧ના રોજ

ચંદુ પાસે અરવિંદના કુલ શૅર - ૨,૩૦૪

પ્રતિ શૅરબજાર ભાવ - ૯૨.૮૧

બજાર ભાવ - ૨૩૦૪ x ૯૨.૮૧ = ૨,૧૩,૮૩૪.૨૪

કુલ સંપત્તિ - રોકડ ૧૨,૪૫૮.૧૪ + શૅરોનું બજાર મૂલ્ય ૨,૧૩,૮૩૪.૨૪ = ૨,૨૬,૨૯૨.૩૮

૧૨ સપ્ટેમ્બર ૨૦૧૧ના રોજ

બંધ ભાવ ૯૩.૫

૨૦૦ ડી.એમ.એ.થી ૨૫.૩૫ ટકા ઉપર.

આ સમય હતો ૨૫ ટકા નવીન વધારાના ઑર્ડરનો.

૫૩ શૅર @ ૯૪.૪૩ (૯૩.૫૦ + ૦.૯૩)નો ઑર્ડર આપ્યો.

આગામી કામકાજના દિવસ ૧૩ સપ્ટેમ્બર, ૨૦૧૧ના રોજ ચંદુના ઑર્ડરનો અમલ થઈ ગયો અને તેણે ૫૩ શૅર ખરીદી લીધા.

નવું રોકાણ = ૫૩ x ૯૪.૪૩ = ૫,૦૦૪.૭૯ રૂપિયા.

૧૩ સપ્ટેમ્બર, ૨૦૧૧ના રોજ કુલ શૅર - ૨,૩૫૭

બાકી રોકડ - ૧૨,૪૫૮.૧૪ - ૫,૦૦૪.૭૯ = ૭,૪૫૩.૫૫

ગણતરીમાં સરળતા માટે મેં દલાલીનો ઉદાહરણમાં સમાવેશ કર્યો નથી.

૧૩ સપ્ટેમ્બર, ૨૦૧૧ના રોજ

ચંદુ પાસે અરવિંદના કુલ શૅર - ૨,૩૫૭

પ્રતિ શૅરબજાર ભાવ - ૯૪.૪૩

બજાર ભાવ - ૨,૩૫૭ x ૯૪.૪૩ = ૨,૨૨,૫૭૧.૫૧

કુલ સંપત્તિ - રોકડ ૭,૪૫૩.૩૫ + શૅરોનું બજાર મૂલ્ય ૨,૨૨,૫૭૧.૫૧ = ૨,૩૦,૨૪,૮૬

૧૯ સપ્ટેમ્બર, ૨૦૧૧ના રોજ બચત ખાતાનું વ્યાજ - ૧૯ સપ્ટેમ્બર, ૨૦૧૧ના છ વર્ષ પછી ચંદુ અને ચિંકીની રોકાણકથા પૂરી થાય છે. ચંદુને ગયા વર્ષે બચત ખાતામાં વ્યાજરૂપે ૧,૩૬૪.૬૦ રૂપિયા મળ્યા.

મેં જણાવેલી રીત પર ચાલતા અરવિંદના શૅરોનો ભાવ વધવાની સાથે જ ચંદુએ પોતાનું હોલ્ડિંગ વધારી દીધું.

ચંદુએ વધુ શૅર ખરીદવાથી તેની એકત્રિત રોકડમાં ઘટાડો થયો. તેથી આ વર્ષે ચંદુને પોતાની પાછલા વર્ષની એકત્રિત રોકડ પર બચત ખાતામાં ૪ ટકા વ્યાજ દ્વારા માત્ર ૧,૩૬૪.૬૦ રૂપિયા મળ્યા હતા.

હવે બાકી રોકડ હતી - ૭,૪૫૩.૩૫ + ૧,૩૬૪.૬૦ = ૮,૮૧૭.૯૫

૧૪ ઑક્ટોબર, ૨૦૧૧ના રોજ

બંધ ભાવ ૧૦૬.૪૦

૨૦૦ ડી.એમ.એ.થી ૩૦.૦૬ ટકા ઉપર.

આ સમય હતો ૩૦ ટકા નવીન વધારાના ઑર્ડરનો.

૪૭ શૅર @ ૧૦૭.૪૬ (૧૦૬.૪ + ૧.૦૬)નો ઑર્ડર આપ્યો.

આગામી કામકાજના દિવસ ૧૭ ઑક્ટોબર, ૨૦૧૧ના રોજ ચંદુના ઑર્ડરનો અમલ થઈ ગયો અને તેણે ૪૭ શૅર ખરીદી લીધા.

નવું રોકાણ = ૪૭ x ૧૦૭.૪૬ = ૫,૦૫૦.૬૨ રૂપિયા.

૧૭ ઑક્ટોબર, ૨૦૧૧ના રોજ કુલ શૅર - ૨,૪૦૪

બાકી રોકડ - ૮,૮૧૭.૯૫ - ૫,૦૫૦.૬૨ = ૩,૭૬૭.૩૩

ગણતરીમાં સરળતા માટે મેં દલાલીનો ઉદાહરણમાં સમાવેશ કર્યો નથી.

૧૭ સપ્ટેમ્બર, ૨૦૧૧ના રોજ

ચંદુ પાસે અરવિંદના કુલ શૅર - ૨,૪૦૪

પ્રતિ શૅરબજાર ભાવ - ૧૦૭.૪૬

બજાર ભાવ - ૨,૪૦૪ X ૧૦૭.૪૬ = ૨,૫૮,૩૩૩.૮૪

કુલ સંપત્તિ - રોકડ ૩,૭૬૭.૩૩ + શૅરોનું બજાર મૂલ્ય ૨,૫૮,૩૩૩.૮૪ = ૨,૬૨,૧૦૧.૧૭

મને લાગે છે કે તમને યાદ હશે કે ચિંકીએ શરૂઆતમાં ૧૪૦.૮૫ રૂપિયાના દરે ૭૧૦ શૅર ખરીદવામાં લગભગ ૧ લાખ રૂપિયાનું રોકાણ કર્યું હતું.

અરવિંદ લિ.ના શૅરનો ભાવ હજી પણ ચિંકીના ખરીદ ભાવ ૧૪૦.૮૫થી નીચે છે.

જો ચિંકીના ૭૧૦ શૅર હજી પણ તેની પાસે જ હોત તો તેના શૅરોનું બજાર મૂલ્ય ૭૧૦ X ૧૦૭.૪૬ = ૭૬,૨૯૬.૬૦ હોત. બીજી બાજુ મારી પદ્ધતિ પર ચાલીને ચંદુની કુલ સંપત્તિ વધીને ૨,૬૨,૧૦૧.૧૭ થઈ ગઈ અને વાર્તા હજી પણ ચાલુ છે.

❑

ચંદુને ઘટાડામાં કેવી રીતે ટૅક્સ ફ્રી રોકડ નફો થયો ?

પાછલા પ્રકરણના અંતમાં તમે જોયું કે ચંદુએ અરવિંદના શૅર ખરીદવામાં તેના લગભગ બધા જ રૂપિયાનો ઉપયોગ કરી લીધો હતો. હવે ચંદુ પાસે માત્ર ૩,૭૬૭.૩૩ રૂપિયાની જ રોકડ બચી હતી. જો શૅરનો ભાવ વધુ ઉપર જાય તથા ૨૦૦ ડી.એમ.એ.થી ૩૫ ટકા વધુ થઈ ગયા તો ચંદુ પાસે લેવાલી માટે રોકડ નાણાં નહોતાં.

પરંતુ શૅરોની ગતિ એક પક્ષીય નથી હોતી. લાંબા સમય સુધી વધ્યા પછી તેમાં કરેક્શન આવે જ છે. ચંદુના નસીબે ૧૨ ડિસેમ્બર, ૨૦૧૧ પછી અરવિંદ લિ.ના શૅર ઘટવા લાગ્યા અને તેનો ભાવ ૧૦૮.૬૫ (૧૯ ઑક્ટોબર, ૨૦૧૧ના ભાવ)થી ૬૫ રૂપિયા (૨ જાન્યુઆરી, ૨૦૧૨નો ભાવ) પહોંચી ગયો.

મારા શૅર જિનિયસ સોફ્ટવેરે આપમેળે જ આ ઘટાડાને જોતા પ્રોફિટ બુકિંગની સલાહ આપી.

આ પ્રકરણમાં તમે જોશો કે કેવી રીતે આ પ્રોફિટ બુકિંગથી ચંદુને લાભ થયો અને આગળ ખરીદી કરવા માટે ચંદુની ઝોળી ફરીથી રોકડથી ભરાઈ ગઈ.

હું જાણું છું કે તમે વિચારી રહ્યા હશો, જો આ સમયે અરવિંદના શૅર ઘટવાની જગ્યાએ વધી જાય તો ચંદુ આગામી લૉટ ખરીદવા માટે રૂપિયા ક્યાંથી લાવ્યો હોત ? તેની પાસે તો માત્ર ૩,૭૬૭.૩૩ રૂપિયા બાકી હતા, જે આગામી લૉટ ખરીદવા માટે પર્યાપ્ત નહોતા.

જો કે પ્રોફિટ બુકિંગ બરાબર તે સમયે શરૂ થયું, જ્યારે ચંદુની બધી જ

રોકડ રકમ પૂરી થઈ ગઈ હતી, પરંતુ જો શૅરનો ભાવ અહીંથી વધુ વધ્યો હોત તો પણ ચંદુને નવી ખરીદી માટે માત્ર ૫,૦૦૦ - ૩,૭૬૭ = ૧,૨૩૩ રૂપિયાની જ જરૂર હોત.

શૅરના ભાવ વધતી વખતે ખરીદવાથી દરેક નવી ખરીદી સાથે તમારો નફો પણ વધી જાય છે. ૧૭ ઑક્ટોબર, ૨૦૧૧ના રોજ ચંદુનો કુલ નફો ૧,૬૨,૦૦૦ રૂપિયા હતો.

જ્યારે તમે ૧,૬૨,૦૦૦ રૂપિયાના નફામાં હો તો તમે પોતાનો નફો વધારનારી રીતને ચાલુ રાખવા માટે ૧,૨૩૩ રૂપિયાની નવી મૂડી રોકવી વધુ મુશ્કેલ નથી હોતું.

સદ્નસીબે, ચંદુને તેની રીતમાં નવા મૂડી રોકાણની જરૂર ન પડી, કારણ કે પ્રોફિટ બુકિંગ શરૂ થઈ ગયું હતું અને આ પ્રોફિટ બુકિંગે ચંદુની ઝોળીને ફરીથી રોકડથી ભરી દીધી.

તેની એક્સેલ શીટ અથવા ડિસેમ્બર ૨૦૧૧ની પરિસ્થિતિઓ દર્શાવતો આ કોઠો જુઓ.

ચંદુ એમ. એસ. એક્સેલ શીટ (શૅર જિનિયસ સોફ્ટવેર અને અરવિંદ લિ.)				
તારીખ	**બંધ ભાવ**	**૨૦૦ ડી.એમ.એ.**	**ફેરફાર**	**તફાવત**
૧૨ ડિસે., ૧૧	૮૦.૫૫	૮૦.૪૮	૦.૦૭	૦.૦૯
૧૩ ડિસે., ૧૧	૭૯.૯૦	૮૦.૫૯	-૦.૬૯	-૦૮૬
૧૪ ડિસે., ૧૧	૭૮.૮૫	૮૦.૭૦	-૧.૮૫	-૨.૩૪
૧૫ ડિસે., ૧૧	૭૬.૬૫	૮૦.૭૯	-૪.૧૪	-૫.૪૦
૧૬ ડિસે., ૧૧	૬૯.૧૦	૮૦.૮૫	-૧૧.૭૫	-૧૭.૦૧
૧૯ ડિસે., ૧૧	૭૦.૨૫	૮૦.૯૩	-૧૦.૬૮	-૧૫.૨૦
૨૦ ડિસે., ૧૧	૭૦.૨૦	૮૧.૦૧	-૧૦.૮૧	-૧૫.૪૦
૨૧ ડિસે., ૧૧	૭૨.૯૦	૮૧.૧૦	-૮.૨૦	-૧૧.૨૫
૨૨ ડિસે., ૧૧	૭૩.૪૦	૮૧.૧૮	-૭.૭૮	-૧૦.૬૦

૨૩ ડિસે., ૧૧	૭૧.૪૦	૮૧.૨૫	-૯.૮૫	-૧૩.૮૦
૨૬ ડિસે., ૧૧	૭૨.૯૦	૮૧.૩૪	-૮.૪૪	-૧૧.૫૭
૨૭ ડિસે., ૧૧	૬૮.૮૦	૮૧.૪૧	-૧૧.૬૧	-૧૬.૬૪
૨૮ ડિસે., ૧૧	૬૭.૦૫	૮૧.૪૮	-૧૪.૪૩	-૨૧.૫૨
૨૯ ડિસે., ૧૧	૬૬.૯૦	૮૧.૫૩	-૧૪.૬૩	-૨૧.૮૬
૩૦ ડિસે., ૧૧	૬૬.૭૦	૮૧.૫૮	-૧૪.૮૮	-૨૨.૩૦
૨ જાન્યુ., ૧૨	૬૪.૯૫	૮૧.૬૩	- ૧૬.૬૮	-૨૫.૬૮
૩ જાન્યુ., ૧૨	૬૯.૨૫	૮૧.૬૯	-૧૨.૪૪	-૧૭.૯૬

મને લાગે છે કે તમને યાદ હશે કે ૨૦૦ ડી.એમ.એ.થી ૫ ટકાના પ્રત્યેક ઘટાડા પર આપણે આપણો એક લૉટ (એક ભાગ) વેચવાનો હોય છે.

જો શૅર ૨૦૦ ડી.એમ.એ.થી ૧૦ ટકા ઘટી જાય તો આપણે વધુ એક હિસ્સો વેચવાનો રહેશે.

જો શૅર ૨૦૦ ડી.એમ.એ.થી ૧૫ ટકા વધુ ઘટી જાય તો આપણે પહેલા આવો, પહેલા મેળવોના આધારે પોતાનો સૌથી જૂનો ખરીદીવાળો હિસ્સો વેચવાનો રહેશે.

પોતાની એક્સેલ શીટનું પાના નં.-૨ જુઓ, જ્યાં મેં ચંદુની લેવાલી-વેચવાલી સંબંધિત બૅલેન્સશીટ આપી છે. આ શીટને જોઈને તમે સમજી જશો કે વેચવાલી માટે કઈ જૂની ખરીદી ઉપલબ્ધ છે.

ચંદુની બૅલેન્સશીટ ૧૯ સપ્ટેમ્બર, ૨૦૦૫થી

તારીખ	ખરીદી	દર @ વ્યાજ	કુલ રોકાણ લાભ	બચત તફાવત	લાભાંશ	રોકડ રકમનો
૨૫ મે, ૦૯	૧૮૯	૨૬.૫૬	૫૦૧૯.૮૪	-	-	૮૨૧૪૧.૫૪
૨૬ મે, ૦૯	૧૭૭	૨૮.૨૨	૪૯૯૪.૯૪	-	-	૭૭૧૪૬.૬૦
૨૮ મે, ૦૯	૩૧૧	૩૨.૧૧	૯૯૮૬.૨૧	-	-	૬૭૧૬૦.૩૯
૧ જૂન, ૦૯	૧૪૫	૩૪.૫૪	૫૦૦૮.૩૦	-	-	૬૨૧૫૨.૦૯
૧૮ સપ્ટે.,૦૯	૧૨૭	૩૯.૫૪	૫૦૨૧.૫૮	-	-	૫૭૧૩૦.૫૧

૧૫ ડિસેમ્બર, ૨૦૧૧ના રોજ

બંધ ભાવ ૭૬.૮૫

૨૦૦ ડી.એમ.એ.થી -૫.૪ ટકા નીચે

જૂના ખરીદેલા શૅરોમાં પ્રોફિટ બુકિંગ કરવાનો સમય.

અહીં સૌથી જૂની ખરીદીવાળા લૉટમાં ૧૮૯ શૅર છે, જે તેણે ૨૫ મે, ૨૦૦૯ના રોજ ખરીદ્યા હતા (એક્સેલની બૅલેન્સ શીટમાં જુઓ, ચંદુએ ૨૫ મે, ૨૦૦૯ના રોજ ૧૮૯ શૅર @ ૨૬.૫૬ના ભાવે ખરીદ્યા હતા, જે આપણા વિચારે સૌથી જૂનો લોટ છે.)

ચંદુએ ૧૮૯ શૅરોના વેચાણનો આદેશ આપી દીધો.

આદેશ મુજબનો ભાવ - ૭૮.૦૭ (અંતિમ બંધ ભાવ ૭૯.૮૫ - ૦.૭૮). મને લાગે છે કે તમને યાદ હશે કે આપણે જ્યારે પણ બંધ - બજારમાં વેચાણનો ઑર્ડર કરીએ છીએ તો આપણે તેને હંમેશા પાછલા બંધ ભાવથી ૧ ટકા નીચે રાખવો જોઈએ.

આગામી કામકાજના દિવસ ૧૬ ડિસેમ્બર, ૨૦૧૧ના રોજ ચંદુના ઑર્ડરનો અમલ થઈ ગયો અને તેણે તેના ૧૮૯ શૅર વેચી દીધા.

કુલ મેળવેલી રકમ - ૧૮૯ ટ ૭૮.૦૭ = ૧૪,૭૫૫.૨૩ રૂપિયા

આ ૧૮૯ શૅરની મૂળ કિંમત ૧૮૯ X ૨૬.૫૬ = ૫,૦૧૯.૮૪ રૂપિયા

ચોખ્ખો નફો - ૧૪,૭૫૫.૨૩ - ૫,૦૧૯.૮૪ = ૯,૭૩૫.૩૯ રૂપિયા

બાકીના શૅર - ૨,૨૧૫

બાકીના શૅરોનું બજાર મૂલ્ય - ૨,૨૧૫ x ૭૮.૦૭ = ૧,૭૨,૯૨૫.૦૫

બાકી રોકડ - ૩,૭૬૭.૩૩ + ૧૪,૭૫૫.૨૩ = ૧૮,૫૨૨.૫૬ રૂપિયા

૧૬ ડિસેમ્બર, ૨૦૧૧ના રોજ કુલ સંપત્તિ - રોકડ ૧૮,૫૨૨.૫૬ + બાકીના ૨,૨૧૫ શૅરોનું બજાર મૂલ્ય - ૧,૭૨,૯૨૫.૦૫ = ૧,૯૧,૪૪૭.૬૧

ગણતરીમાં સરળતા માટે મેં આ ઉદાહરણોમાં દલાલીનો સમાવેશ નથી કર્યો.

૧૬ ડિસેમ્બર ૨૦૧૧ના રોજ

બંધ ભાવ ૬૯.૧

૨૦૦ ડી.એમ.એ.થી -૧૭.૦૧ ટકા નીચે

(અહીં ચંદુએ બે લૉટ વેચવા પડ્યા. પહેલા, ૧૦ ટકા નીચે આવતા અને બીજા ૧૫ ટકા નીચે આવવા માટે. પરંતુ ગણતરીમાં સરળતા માટે હું અહીં પ્રત્યેક લૉટ માટે અલગથી ગણતરી આપી રહ્યો છું.)

અહીં સૌથી જૂની ખરીદીવાળા લૉટમાં ૧૭૭ શૅર છે, જે તેણે ૨૬ મે, ૨૦૦૯ના રોજ ખરીદ્યા હતા (એક્સેલની બૅલેન્સ શીટમાં જુઓ, ચંદુએ ૨૬ મે, ૨૦૦૯ના રોજ ૧૭૭ શૅર @ ૨૮.૨૨ના ભાવે ખરીદ્યા હતા, જે આપણા વિચારે સૌથી જૂનો લૉટ છે.)

ચંદુએ ૧૭૭ શૅરોના વેચાણનો આદેશ આપી દીધો.

આદેશ મુજબનો ભાવ - ૬૮.૪૧ (અંતિમ બંધ ભાવ ૬૯.૧૦ - ૦.૬૯). મને લાગે છે કે તમને યાદ હશે કે આપણે જ્યારે પણ બંધ - બજારમાં વેચાણનો ઑર્ડર કરીએ છીએ તો આપણે તેને હંમેશા પાછલા બંધ ભાવથી ૧ ટકા નીચે રાખવો જોઈએ.

આગામી કામકાજના દિવસ ૧૯ ડિસેમ્બર, ૨૦૧૧ના રોજ ચંદુના ઑર્ડરનો અમલ થઈ ગયો અને તેણે તેના ૧૭૭ શૅર વેચી દીધા.

કુલ મેળવેલી રકમ - ૧૭૭ x ૬૮.૪૧ = ૧૨,૧૦૮.૫૭ રૂપિયા

આ ૧૭૭ શૅરની મૂળ કિંમત ૧૭૭ x ૨૮.૨૨ = ૪૯૯૪.૯૪ રૂપિયા

ચોખ્ખો નફો - ૧૨,૧૦૮.૫૭ - ૪૯૯૪.૯૪ = ૭,૧૧૩.૬૩ રૂપિયા

બાકીના શૅર - ૨,૦૩૮

બાકીના શૅરોનું બજાર મૂલ્ય - ૨,૦૩૮ x ૬૮.૪૧ = ૧,૩૯,૪૧૯.૫૮

બાકી રોકડ - ૩,૭૬૭.૩૩ + ૧૨,૧૦૮.૫૭ =૩૦,૬૩૧.૧૩ રૂપિયા

૧૯ ડિસેમ્બર, ૨૦૧૧ના રોજ કુલ સંપત્તિ - રોકડ ૩૦,૬૩૧.૧૩ + બાકીના ૨,૦૩૮ શૅરોનું બજાર મૂલ્ય - ૧,૩૯,૪૧૯.૫૮ = ૧,૭૦,૦૫૦.૭૧

ગણતરીમાં સરળતા માટે મેં આ ઉદાહરણોમાં દલાલીનો સમાવેશ નથી કર્યો.

૧૬ ડિસેમ્બર, ૨૦૧૧ના રોજ

બંધ ભાવ ૬૯.૧૦

૨૦૦ ડી.એમ.એ.થી -૧૭.૦૧ ટકા નીચે

જૂના ખરીદેલા શૅરોમાં પ્રોફિટ બુકિંગ કરવાનું હતું.

અહીં સૌથી જૂની ખરીદીવાળા લૉટમાં ૧૫૬ શૅર છે, જે તેણે ૨૮ મે, ૨૦૦૯ના રોજ ખરીદ્યા હતા (એક્સેલની બૅલેન્સ શીટમાં ૨૮ મે, ૨૦૦૯ના રોજ જુઓ, ચંદુએ એક જ દિવસમાં બે લૉટ ખરીદ્યા હતા, જેમાં કુલ ૩૧૧ શૅર હતા. આપણે ૩૧૧/૨ = ૧૫૫.૫ કર્યા. તેને પૂર્ણાંક બનાવતા ૧૫૬ કરી લીધા છે.)

આ ૧૫૬ શૅર, જે @ ૩૧.૧૧ના ભાવે ખરીદવામાં આવ્યા હતા, તેનો સૌથી જૂનો લૉટ છે. બાકીના ૧૫૫ શૅર અંગે આપણે આગામી વેચાણમાં વિચાર કરીશું.

ચંદુએ ૧૫૬ શૅરોના વેચાણનો આદેશ આપી દીધો.

આદેશ મુજબનો ભાવ - ૬૮.૪૧ (અંતિમ બંધ ભાવ ૬૯.૧ - ૦.૬૯). મને લાગે છે કે તમને યાદ હશે કે આપણે જ્યારે પણ બંધ - બજારમાં વેચાણનો ઑર્ડર કરીએ છીએ તો આપણે તેને હંમેશા પાછલા બંધ ભાવથી ૧ ટકા નીચે રાખવો જોઈએ.

આગામી કામકાજના દિવસ ૧૯ ડિસેમ્બર, ૨૦૧૧ના રોજ ચંદુના ઑર્ડરનો અમલ થઈ ગયો અને તેણે તેના ૧૫૬ શૅર વેચી દીધા.

કુલ મેળવેલી રકમ - ૧૫૬ X ૬૮.૪૧ = ૧૦,૬૭૧.૯૬ રૂપિયા

આ ૧૫૬ શૅરની મૂળ કિંમત ૧૫૬ X ૩૨.૧૧ = ૫,૦૦૯.૧૬ રૂપિયા

ચોખ્ખો નફો - ૧૦,૬૭૧.૯૬ - ૫,૦૦૯.૧૬=૫,૬૬૨.૮૦ રૂપિયા

બાકીના શૅર - ૧,૮૮૨

બાકીના શૅરોનું બજાર મૂલ્ય - ૧,૮૮૨ X ૬૮.૪૧ = ૧,૨૮,૭૪૭.૬૨

બાકી રોકડ - ૩,૭૬૭.૩૩ + ૧૦,૬૭૧.૯૬ = ૪૧,૩૦૩.૦૯ રૂપિયા

૧૯ ડિસેમ્બર, ૨૦૧૧ના રોજ કુલ સંપત્તિ- રોકડ ૪૧,૩૦૩.૦૯ + બાકીના ૧,૮૮૨ શૅરોનું બજાર મૂલ્ય-૧,૨૮,૭૪૭.૬૨ = ૧,૭૦,૦૫૦.૭૧

ગણતરીમાં સરળતા માટે મેં આ ઉદાહરણોમાં દલાલીનો સમાવેશ નથી કર્યો.

૨૮ ડિસેમ્બર, ૨૦૧૧ના રોજ

બંધ ભાવ ૬૭.૫૦

૨૦૦ ડી.એમ.એ.થી -૨૧.૫૨ ટકા નીચે

જૂની ખરીદી પર પ્રોફિટ બુક કરવાનો સમય.

અહીં બીજી સૌથી જૂની ખરીદીવાળા લૉટમાં ૧૫૫ શૅર છે, જે તેણે ૨૮ મે, ૨૦૦૯ના રોજ ખરીદ્યા હતા (એક્સેલની બૅલેન્સ શીટમાં ૨૬ મે, ૨૦૦૯ના રોજ જુઓ, ચંદુએ ૩૨.૧૧ રૂપિયામાં ૧૫૫ શૅર ખરીદ્યા હતા, જે આપણા વિચારે સૌથી જૂનો લૉટ છે.)

ચંદુએ ૧૫૫ શૅરોના વેચાણનો આદેશ આપી દીધો.

આદેશ મુજબનો ભાવ - ૬૬.૩૮ (અંતિમ બંધ ભાવ ૬૭.૦૫ - ૦.૬૭). મને લાગે છે કે તમને યાદ હશે કે આપણે જ્યારે પણ બંધ - બજારમાં વેચાણનો ઑર્ડર કરીએ છીએ તો આપણે તેને હંમેશા પાછલા બંધ ભાવથી ૧ ટકા નીચે રાખવો જોઈએ.

આગામી કામકાજના દિવસ ૨૯ ડિસેમ્બર, ૨૦૧૧ના રોજ ચંદુના ઑર્ડરનો અમલ થઈ ગયો અને તેણે તેના ૧૫૫ શૅર વેચી દીધા.

કુલ મેળવેલી રકમ - ૧૫૫ x ૬૬.૩૮ = ૧૦,૨૮૮.૯ રૂપિયા

આ ૧૫૫ શૅરની મૂળ કિંમત ૧૫૫ x ૩૨.૧૧ = ૪૯૭૭.૦૫ રૂપિયા

ચોખ્ખો નફો - ૧૦,૨૮૮.૯૦ - ૪૯૭૭.૦૫ = ૫,૩૧૧.૮૫ રૂપિયા

બાકીના શૅર - ૧,૭૨૭

બાકીના શૅરોનું બજાર મૂલ્ય - ૧,૭૨૭ x ૬૬.૩૮ = ૧,૧૪,૬૩૮.૨૬ રૂપિયા

બાકી રોકડ - ૩,૭૬૭.૩૩ + ૧૦,૨૮૮.૯૦ = ૫૧,૫૯૧.૯૯ રૂપિયા

૧૯ ડિસેમ્બર, ૨૦૧૧ના રોજ કુલ સંપત્તિ - રોકડ ૫૧,૫૯૧.૯૯ + બાકીના ૧,૭૨૭ શૅરોનું બજાર મૂલ્ય - ૧,૧૪,૬૩૮.૨૬ = ૧,૬૬,૨૩૦.૨૫

ગણતરીમાં સરળતા માટે મેં આ ઉદાહરણોમાં દલાલીનો સમાવેશ નથી કર્યો.

૨ જાન્યુઆરી, ૨૦૧૨ના રોજ

બંધ ભાવ ૬૪.૯૫

૨૦૦ ડી.એમ.એ.થી -૨૫.૬૮ ટકા નીચે

જૂની ખરીદી પર પ્રોફિટ બૂક કરવાનો સમય.

અહીં બીજી સૌથી જૂની ખરીદીવાળા લૉટમાં ૧૪૫ શૅર છે, જે તેણે ૧ જૂન, ૨૦૦૯ના રોજ ખરીદ્યા હતા (એક્સેલની બૅલેન્સ શીટમાં જુઓ, ચંદુએ ૨૬ મે, ૨૦૦૯ના રોજ ૧૪૫ શૅર ૩૪.૫૪ રૂપિયાના ભાવે ખરીદ્યા હતા, જે આપણા વિચારે સૌથી જૂનો લૉટ છે.)

ચંદુએ ૧૪૫ શૅરોના વેચાણનો આદેશ આપી દીધો.

આદેશ મુજબનો ભાવ - ૬૪.૩૧ (અંતિમ બંધ ભાવ ૬૪.૯૫ - ૦.૬૪). મને લાગે છે કે તમને યાદ હશે કે આપણે જ્યારે પણ બંધ - બજારમાં વેચાણનો ઑર્ડર કરીએ છીએ તો આપણે તેને હંમેશા પાછલા બંધ ભાવથી ૧ ટકા નીચે રાખવો જોઈએ.

આગામી કામકાજના દિવસ ૩ જાન્યુઆરી, ૨૦૧૨ના રોજ ચંદુના ઑર્ડરનો અમલ થઈ ગયો અને તેણે તેના ૧૪૫ શૅર વેચી દીધા.

કુલ મેળવેલી રકમ - ૧૪૫ x ૬૪.૩૧ = ૯,૩૨૪.૯૫ રૂપિયા

આ ૧૪૫ શૅરની મૂળ કિંમત ૧૪૫ x ૩૪.૫૪ = ૫,૦૦૮.૩૦ રૂપિયા

ચોખ્ખો નફો - ૯,૩૨૪.૯૫ - ૫,૦૦૮.૩૦ = ૪,૩૧૬.૬૫ રૂપિયા

બાકીના શૅર - ૧,૫૮૨

બાકીના શૅરોનું બજાર મૂલ્ય - ૧,૫૮૨ x ૬૪.૩૧ = ૧,૦૧,૭૩૮.૪૨ રૂપિયા

બાકી રોકડ - ૩,૭૬૭.૩૩ + ૯,૩૨૪.૯૫ = ૬૦,૯૧૬.૯૪ રૂપિયા

૩ જાન્યુઆરી, ૨૦૧૨ના રોજ કુલ સંપત્તિ - રોકડ ૬૦,૯૧૬.૯૪ + બાકીના ૧,૫૮૨ શૅરોનું બજાર મૂલ્ય - ૧,૦૧,૭૩૮.૪૨ = ૧,૬૨,૬૫૫.૩૬

ગણતરીમાં સરળતા માટે મેં આ ઉદાહરણોમાં દલાલીનો સમાવેશ નથી કર્યો.

❑

ચંદુએ ૨૦૧૨ની
અસ્થિરતાનો સામનો કેવી રીતે કર્યો

મને ખબર છે કે વાચકો આ પુસ્તકમાં અપાયેલી ગણતરી અને ડેટા વાંચવા તમને કંટાળાજનક લાગતા હશે.

અરવિંદ માટે વર્ષ ૨૦૧૨ તો ખૂબ જ અસ્થિરતાથી ભરેલું રહ્યું. જો હું એ બધી જ ગણતરી આ પુસ્તકમાં આપું તો આ પુસ્તક સંભવતઃ તમને કંટાળાજનક લાગવા માંડશે.

તેથી આ પ્રકરણમાં હું અસ્થિરતા દરમિયાન ચંદુના ખરીદી-વેચાણ અને પ્રોફિટ બુકિંગ અંગે બહુ ટૂંકમાં જણાવીશ.

વર્ષ ૨૦૧૨માં ભાવમાં આટલી અસ્થિરતા કેમ આવી - બજારને બધા જાણે છે. તેથી જ્યારે પણ કોઈ મોટી વાત હોય છે, તે પછી તે શૅર માટે સારી હોય કે ખરાબ, તો તે શૅરના ભાવ સામાન્યથી વધુ અસ્થિર થઈ જાય છે.

અરવિંદ તેની ડીમર્જર અને ૪૦૦થી ઉપરની ઊંચી છલાંગવાળા મોટા પ્રવાસની તૈયારીમાં હતી.

આ તૈયારી દરમિયાન તમે જોઈ શકો છો કે અરવિંદના ભાવ અનેક વખત ૨૦૦ ડી.એમ.એ.થી નીચે ગયા, અનેક વખત ડી.એમ.એ.થી ઉપર ચઢ્યા, કારણ કે જે રોકાણકાર પોતાને ૭૦થી ૧૪૦ વચ્ચે ફસાયેલા હોવાનું અનુભવતા હતા તે દરેક વખતે ભાવ વધતા બજારમાંથી નીકળવાનો પ્રયાસ કરતા.

કોઠામાં જુઓ, અરવિંદના શૅરોના ભાવ ફરી વધ્યા.

ચંદુ એમ. એસ. એક્સેલ શીટ (શૅર જિનિયસ સોફ્ટવેર અને અરવિંદ લિ.)				
તારીખ	બંધ ભાવ	૨૦૦ ડી.એમ.એ.	ફેરફાર	તફાવત
૧૮ જાન્યુ., ૧૨	૮૮.૨૫	૮૩.૧૫	૫.૧૦	૫.૭૮
૧૯ જાન્યુ., ૧૨	૯૧	૮૩.૨૬	૭.૭૪	૮.૫૧
૨૦ જાન્યુ., ૧૨	૮૯.૭	૮૩.૩૭	૬.૩૩	૭.૦૬
૨૩ જાન્યુ., ૧૨	૮૮.૨	૮૩.૪૭	૪.૭૩	૫.૩૬
૨૪ જાન્યુ., ૧૨	૮૮.૭	૮૩.૫૬	૫.૧૪	૫.૭૯
૨૫ જાન્યુ., ૧૨	૮૬.૯૫	૮૩.૬૫	૪.૩૦	૪.૮૯
૨૭ જાન્યુ., ૧૨	૯૩.૭૫	૮૩.૭૬	૯.૯૯	૧૦.૬૬
૩૦ જાન્યુ., ૧૨	૯૧.૯૫	૮૩.૮૮	૮.૦૭	૮.૭૮
૧ ફેબ્રુ., ૧૨	૯૫.૧૦	૮૪.૧૫	૧૦.૯૫	૧૧.૫૧
૨ ફેબ્રુ., ૧૨	૯૧.૯૫	૮૪.૨૪	૭.૭૧	૮.૩૯
૩ ફેબ્રુ., ૧૨	૯૫.૯૫	૮૪.૩૫	૧૧.૬૦	૧૨.૦૯
૬ ફેબ્રુ., ૧૨	૯૨.૮૫	૮૪.૪૪	૮.૪૧	૯.૦૫
૭ ફેબ્રુ., ૧૨	૮૯.૮૫	૮૪.૫૨	૫.૩૩	૫.૯૩
૯ ફેબ્રુ., ૧૨	૯૬.૫૫	૮૪.૬૯	૧૧.૮૬	૧૨.૨૮
૧૦ ફેબ્રુ., ૧૨	૧૦૧.૯	૮૪.૮૧	૧૭.૦૯	૧૬.૭૭

આમ આગામી ત્રણ ખરીદીનો સારાંશ આ પ્રકારે છે.

૧૮ જાન્યુઆરી, ૨૦૧૨ના રોજ

બંધ ભાવ ૮૮.૨૫

૨૦૦ ડી.એમ.એ.થી ૫.૭૮ ટકા ઉપર.

આ સમય હતો ૫ ટકા નવીન વધારાના ઑર્ડરનો.

૫૭ શૅર @ ૮૯.૧૩ (૮૮.૩૫ + ૦.૮૮)નો ઑર્ડર આપ્યો.

આગામી કામકાજના દિવસ ૧૯ જાન્યુઆરી, ૨૦૧૨ના રોજ ચંદુના ઑર્ડરનો અમલ થઈ ગયો અને તેણે ૫૭ શૅર ખરીદી લીધા.

નવું રોકાણ = ૫૭ x ૮૯.૧૩ = ૫,૦૮૦.૪૧ રૂપિયા.

૧૯ જાન્યુઆરી, ૨૦૧૨ના રોજ કુલ શૅર - ૧,૬૩૯

બાકી રોકડ - ૬૦,૯૧૬.૯૪ - ૫,૦૮૦.૪૧ = ૫૫,૮૩૬.૫૩

ગણતરીમાં સરળતા માટે મેં દલાલીનો ઉદાહરણમાં સમાવેશ કર્યો નથી.

૧૯ જાન્યુઆરી, ૨૦૧૨ના રોજ

ચંદુ પાસે અરવિંદના કુલ શૅર - ૧,૬૩૯

પ્રતિ શૅરબજાર ભાવ - ૮૯.૧૩

બજાર ભાવ - ૧,૬૩૯ x ૮૯.૧૩ = ૧,૪૬,૦૮૪.૦૭

કુલ સંપત્તિ - રોકડ ૫૫,૮૩૬.૫૩ + શૅરોનું બજાર મૂલ્ય ૧,૪૬,૦૮૪.૦૭ = ૨,૦૧,૯૨૦.૬૦

૨૭ જાન્યુઆરી, ૨૦૧૨ના રોજ

બંધ ભાવ ૯૩.૭૪

૨૦૦ ડી.એમ.એ.થી ૧૦.૬૬ ટકા ઉપર.

આ સમય હતો ૧૦ ટકા નવીન વધારાના ઑર્ડરનો.

૫૩ શૅર @ ૯૪.૬૮ (૯૩.૭૫ + ૦.૯૩)નો ઑર્ડર આપ્યો.

આગામી કામકાજના દિવસ ૩૦ જાન્યુઆરી, ૨૦૧૨ના રોજ ચંદુના ઑર્ડરનો અમલ થઈ ગયો અને તેણે ૫૩ શૅર ખરીદી લીધા.

નવું રોકાણ = ૫૩ x ૯૪.૬૮ = ૫,૦૧૮.૦૪ રૂપિયા.

૩૦ જાન્યુઆરી, ૨૦૧૨ના રોજ કુલ શૅર - ૧,૬૯૨

બાકી રોકડ - ૫૫,૮૩૬.૫૩ - ૫,૦૧૮.૦૪ = ૫૦,૮૧૮.૪૯

ગણતરીમાં સરળતા માટે મેં દલાલીનો ઉદાહરણમાં સમાવેશ કર્યો નથી.

૩૦ જાન્યુઆરી, ૨૦૧૨ના રોજ

ચંદુ પાસે અરવિંદના કુલ શૅર - ૧,૬૯૨

પ્રતિ શૅરબજાર ભાવ - ૯૪.૬૮

બજાર ભાવ - ૧,૬૯૨ X ૯૪.૬૮ = ૧,૬૦,૧૯૮.૫૬

કુલ સંપત્તિ - રોકડ ૫૦,૮૧૮.૪૯ + શૅરોનું બજાર મૂલ્ય ૧,૬૦,૧૯૮.૫૬ = ૨,૧૧,૦૧૭.૦૫

૧૦ ફેબ્રુઆરી, ૨૦૧૨ના રોજ

બંધ ભાવ ૧૦૧.૯૦

૨૦૦ ડી.એમ.એ.થી ૧૬.૭૭ ટકા ઉપર.

આ સમય હતો ૧૫ ટકા નવીન વધારાના ઑર્ડરનો.

૪૯ શૅર @ ૧૦૨.૯૧ (૧૦૧.૯૦ + ૧.૦૧)નો ઑર્ડર આપ્યો.

આગામી કામકાજના દિવસ ૧૩ ફેબ્રુઆરી, ૨૦૧૨ના રોજ ચંદુના ઑર્ડરનો અમલ થઈ ગયો અને તેણે ૪૯ શૅર ખરીદી લીધા.

નવું રોકાણ = ૪૯ X ૧૦૨.૯૧ = ૫,૦૪૨.૫૯ રૂપિયા.

૧૩ ફેબ્રુઆરી, ૨૦૧૨ના રોજ કુલ શૅર - ૧,૭૪૧

બાકી રોકડ - ૫૦,૮૧૮.૪૯ - ૫,૦૪૨.૫૯ = ૪૫,૭૭૫.૯૦

ગણતરીમાં સરળતા માટે મેં દલાલીનો ઉદાહરણમાં સમાવેશ કર્યો નથી.

૧૩ ફેબ્રુઆરી, ૨૦૧૨ના રોજ

ચંદુ પાસે અરવિંદના કુલ શૅર - ૧,૭૪૧

પ્રતિ શૅરબજાર ભાવ - ૧૦૨.૯૧

બજાર ભાવ - ૧,૭૪૧ X ૧૦૨.૯૧ = ૧,૭૯,૧૬૬.૩૧

કુલ સંપત્તિ - રોકડ ૪૫,૭૭૫.૯૦ + શૅરોનું બજાર મૂલ્ય ૧,૭૯,૧૬૬.૩૧ = ૨,૨૪,૯૪૨.૨૧

૨૪ ફેબ્રુઆરી, ૨૦૧૨થી શૅર ફરી ગગડવા લાગ્યા, પરંતુ ચંદુ માટે બંને પરિસ્થિતિઓ આનંદદાયક હતી. જો શૅરના ભાવ વધે તો તે પોતાનું હોલ્ડિંગ વધારે, જેનાથી તેની કુલ સંપત્તિ પણ વધી જશે.

બીજી બાજુ, જો શૅરના ભાવ ઘટે તો તે પોતાનું હોલ્ડિંગ ઓછુ કરતાં પોતાની જૂની ખરીદી પર પ્રોફિટ બુકિંગ શરૂ કરી ઘટતા બજારમાં પણ કર મુક્ત નફો કમાઈ શકે છે.

ટૅક્સ-ફ્રીનો અર્થ છે - જો તમે શૅરોને એક વર્ષથી પહેલા વેચો તો

ભારતીય આવકવેરા કાયદા મુજબ તમને આ નફા પર સીધા ૧૫ ટકા શોર્ટ ટર્મ મૂડી લાભ કર ચૂકવવાનો હોય છે. પરંતુ જો તમે તેને એક વર્ષ પછી વેચો છો તો તે કર-મુક્ત થઈ જાય છે.

અહીં વ્યવસ્થાએ આપમેળે વેચવાલીની સલાહ આપી અને ચંદુએ સૌથી જૂના ખરીદેલા શૅરોને પહેલા વેચ્યા. તેથી પોતાના દરેક પ્રોફિટ બુકિંગમાં વેચવાલીના સંકેત પર તેણે બેથી ત્રણ વર્ષ જૂના શૅર વેચી દીધા.

આ રીતે ચંદુએ ઘટતા બજારમાં પણ કર-મુક્ત નફો મેળવ્યો.

તેના આગામી વેચવાલીના ચક્રનો ટૂંકો સારાંશ આ પ્રકારે છે. -

ચંદુ એમ. એસ. એક્સેલ શીટ (શૅર જિનિયસ સોફ્ટવેર અને અરવિંદ લિ.)				
તારીખ	**બંધ ભાવ**	**૨૦૦ ડી.એમ.એ.**	**ફેરફાર**	**તફાવત**
૨૪ ફેબ્રુ., ૧૨	૭૯.૬૫	૮૫.૭૮	-૬.૧૩	-૭.૬૯
૨૭ ફેબ્રુ., ૧૨	૮૦.૪૦	૮૫.૮૨	-૫.૪૨	-૬.૭૫
૨૮ ફેબ્રુ., ૧૨	૮૫	૮૫.૮૮	-૦.૮૮	-૧.૦૪
૨૯ ફેબ્રુ., ૧૨	૮૬.૨૫	૮૫.૯૬	૦.૨૯	૦.૩૪
૧ માર્ચ, ૧૨	૮૭.૩૦	૮૬.૦૩	૧.૨૭	૧.૪૬
૨ માર્ચ, ૧૨	૮૮.૩૦	૮૬.૧૦	૨.૨૦	૨.૪૯
૩ માર્ચ, ૧૨	૮૭.૧૦	૮૬.૧૭	૦.૯૩	૧.૦૬
૫ માર્ચ, ૧૨	૮૬.૪૫	૮૬.૨૫	૦.૨૦	૦.૨૩
૬ માર્ચ, ૧૨	૮૨.૮૦	૮૬.૩૧	-૩.૫૧	-૪.૨૪
૭ માર્ચ, ૧૨	૮૪.૨૦	૮૬.૩૭	-૨.૧૭	-૨.૫૭
૧૨ માર્ચ, ૧૨	૮૪.૭૦	૮૬.૪૪	-૧.૭૪	-૨.૦૫
૧૩ માર્ચ, ૧૨	૮૯.૦૫	૮૬.૪૯	૨.૫૬	૨.૮૭
૧૪ માર્ચ, ૧૨	૮૬.૩૦	૮૬.૫૪	-૦.૨૪	-૦.૨૮

૧૫ માર્ચ, ૧૨	૮૫.૬૦	૮૬.૫૬	-૦.૯૬	-૧.૧૩
૧૬ માર્ચ, ૧૨	૮૩	૮૬.૫૮	-૩.૫૮	-૪.૩૧
૧૯ માર્ચ, ૧૨	૮૨.૨૫	૮૬.૫૮	-૪.૩૩	-૫.૨૭

૨૪ ફેબ્રુઆરી, ૨૦૧૨ના રોજ

બંધ ભાવ ૭૯.૬૫

૨૦૦ ડી.એમ.એ.થી -૭.૬૯ ટકા નીચે

જૂના ખરીદેલા શૅરોમાં પ્રોફિટ બુકિંગ કરવાનો સમય.

અહીં સૌથી જૂની ખરીદીવાળા લૉટમાં ૧૨૭ શૅર છે, જે તેણે ૧૮ સપ્ટેમ્બર, ૨૦૦૯ના રોજ ખરીદ્યા હતા (એક્સેલની બૅલેન્સ શીટમાં જુઓ, ૧૮ સપ્ટેમ્બર, ૨૦૦૯ના રોજ ચંદુએ ૧૪૫ શૅર @ ૩૯.૫૪ના ભાવે ખરીદ્યા હતા, જે આપણા વિચારે સૌથી જૂનો લૉટ છે.)

ચંદુએ ૧૨૭ શૅરોના વેચાણનો આદેશ આપી દીધો.

આદેશ મુજબનો ભાવ - ૭૮.૮૬ (અંતિમ બંધ ભાવ ૭૯.૬૫ - ૦.૭૯). મને લાગે છે કે તમને યાદ હશે કે આપણે જ્યારે પણ બંધ - બજારમાં વેચાણનો ઑર્ડર કરીએ છીએ તો આપણે તેને હંમેશા પાછલા બંધ ભાવથી ૧ ટકા નીચે રાખવો જોઈએ.

આગામી કામકાજના દિવસ ૨૭ ફેબ્રુઆરી, ૨૦૧૨ના રોજ ચંદુના ઑર્ડરનો અમલ થઈ ગયો અને તેણે તેના ૧૨૭ શૅર વેચી દીધા.

કુલ મેળવેલી રકમ - ૧૨૭ x ૭૮.૮૬ = ૧૦,૦૧૫.૨૨ રૂપિયા

આ ૧૨૭ શૅરની મૂળ કિંમત ૧૨૭ x ૩૯.૫૪ = ૫,૦૨૧.૫૮ રૂપિયા

ચોખ્ખો નફો - ૧૦,૦૧૫.૨૨ - ૫,૦૨૧.૫૮ = ૪,૯૯૩.૬૪ રૂપિયા

બાકીના શૅર - ૧,૬૧૪

બાકીના શૅરોનું બજાર મૂલ્ય - ૧,૬૧૪ ૨ ૭૮.૮૬ = ૧,૨૭,૨૮૦.૦૪ રૂપિયા

બાકી રોકડ - ૩,૭૬૭.૩૩ + ૧૦,૦૧૫.૨૨ = ૫૫,૭૯૧.૧૨ રૂપિયા

૨૭ ફેબ્રુઆરી, ૨૦૧૨ના રોજ કુલ સંપત્તિ - રોકડ ૫૫,૭૯૧.૧૨ + બાકીના ૧,૬૧૪ શૅરોનું બજાર મૂલ્ય - ૧,૨૭,૨૮૦.૦૪ = ૧,૮૩,૦૭૧.૧૬

ગણતરીમાં સરળતા માટે મેં આ ઉદાહરણોમાં દલાલીનો સમાવેશ નથી કર્યો.

મને આશા છે કે તમને આ પુસ્તકના પ્રકરણ-૬માં પહેલા જણાવાયેલો નિયમ યાદ હશે. જો તમને યાદ ન હોય તો હું તમને ફરીથી અહીં તે નિયમ જણાવું છું. - 'તમારા શૅર ૨૦૦ ડી.એમ.એ.ની ટકાવારીના વેરિએશનમાં ઋણાત્મક (-)થી ધનાત્મક (+) થાય તો તારે દરેક વખતે તેને પ્રારંભિક પૉઈન્ટ માનવો જોઈએ. એટલે કે જો તમારા શૅર ૨૦૦ ડી.એમ.એ.ની ટકાવારીના વેરિએશનમાં (-)થી સુધરીને (+) ટકાવારીના વેરિએશનમાં આવી જાય, ત્યારે તારે પોતાના માટે એક લૉટ ખરીદી લેવો જોઈએ. (પોતાની કુલ રકમના એક ભાગથી રોકાણ કરવાનું શરૂ કરો.)'

જ્યારે આપણે શૅર વેચવા હોય તો આ નિયમથી વિપરિત નિયમ લાગુ થશે અને આ નિયમનો વિપરિત નિયમ છે. -

'જ્યારે પણ તમારા શૅર ૨૦૦ ડી.એમ.એ.ની ટકાવારીના વેરિએશનમાં ધનાત્મક (+)થી ઋણાત્મક (-) થાય તો તમારે દરેક વખતે તેને નવીન વેચાણ પૉઈન્ટ માનવો જોઈએ. એટલે કે જો તમારા શૅર ૨૦૦ ડી.એમ.એ.ના + ટકાવારીના વેરિએશનથી ૨૦૦ ડી.એમ.એ.થી -૫ ટકા નીચે આવે તો તમારે તમારો એક લૉટ વેચવો જોઈએ. (વેચવાની શરૂઆત પોતાના સૌથી જૂના ખરીદવામાં આવેલા લૉટથી કરો.)'

ઉદાહરણ માટે, ૨૪ ફેબ્રુઆરી, ૨૦૧૨ના રોજ શૅર ૨૦૦ ડી.એમ.એ.થી -૭.૬૯ ટકા નીચે આવ્યો. આ ઘટાડા સમયે ચંદુએ તેના સૌથી જૂના ખરીદેલા શૅર વેચી દીધા. આવું ફરી એક વખત ત્યારે કર્યું, જ્યારે શૅરોમાં ૧૦ ટકા અથવા વધુનો ઘટાડો આવ્યો. પરંતુ ૨૯ ફેબ્રુઆરી, ૨૦૧૨ના રોજ શૅર ફરી એક વખત વધ્યા અને ૨૦૦ ડી.એમ.એ.થી ૦.૩૪ ટકા વધીને બંધ થવાથી શૅર + ટકાવારીના ક્ષેત્રમાં પ્રવેશ કરી ગયા.

આમ, શૅરનો ભાવ ઘટતા ચંદુ - ૫ ટકા, -૧૦ ટકા, -૧૫ ટકા, -૨૦

ટકા... પાંચના ગુણાંકના દરેક ઘટાડા પર સૌથી જૂના ખરીદવામાં આવેલા શૅર વેચી દેતો.

૧૯ માર્ચ, ૨૦૧૨થી ૨૬ માર્ચ, ૨૦૧૨ની વચ્ચે પણ આમ જ થયું, જ્યારે શૅર ૨૦૦ ડી.એમ.એ.થી વધીને ફરી એક વખત ઘટ્યા. આમ, ૨૬ માર્ચ, ૨૦૧૨ના રોજ ચંદુએ ફરી એક વખત - ૫ ટકા તથા વધુ પૉઇન્ટ થતા વેચવાલી શરૂ કરી દીધી.

જો તમને આ બાબત સમજવામાં મુશ્કેલી થઈ રહી છે તો તેનો સાચો અર્થ એ છે કે તમે શરૂઆતથી આ પુસ્તકના દરેક પાના વાંચ્યા નથી. આ સલામત ટ્રેડિંગની સરળ ફૉર્મ્યુલા છે, પરંતુ તેના માટે તમારે મારા ઉદાહરણને પૉઇન્ટ મુજબ વાંચવા પડશે (તેનું એક પણ પાનું છોડવાનો અર્થ તમે આ પદ્ધતિને સમજવાની તક ગુમાવી દીધી છે.)

આ ઉદાહરણોની સાથે જ એક્સેલ શીટ જોતા તમે તેને આપમેળે સમજી જશો.

૧૯ માર્ચ, ૨૦૧૨ના રોજ

બંધ ભાવ ૮૨.૮૫

૨૦૦ ડી.એમ.એ.થી -૫.૨૭ ટકા નીચે

જૂના ખરીદેલા શૅરોમાં પ્રોફિટ બુકિંગ કરવાનો સમય.

અહીં સૌથી જૂની ખરીદીવાળા લૉટમાં ૧૩૯ શૅર છે, જે તેણે ૨૨ માર્ચ, ૨૦૧૦ના રોજ ખરીદ્યા હતા (એક્સેલની બૅલેન્સ શીટમાં જુઓ, ચંદુએ ૨૨ માર્ચ, ૨૦૧૦ના રોજ ૧૩૯ શૅર @ ૩૬.૦૫ રૂપિયાના ભાવે ખરીદ્યા હતા, જે આપણા વિચારે સૌથી જૂનો લૉટ છે.)

ચંદુએ ૧૩૯ શૅરોના વેચાણનો આદેશ આપી દીધો.

આદેશ મુજબનો ભાવ - ૮૧.૪૩ (અંતિમ બંધ ભાવ ૮૨.૨૫ - ૦.૮૨). મને લાગે છે કે તમને યાદ હશે કે આપણે જ્યારે પણ બંધ - બજારમાં વેચાણનો ઑર્ડર કરીએ છીએ તો આપણે તેને હંમેશા પાછલા બંધ ભાવથી ૧ ટકા નીચે રાખવો જોઈએ.

આગામી કામકાજના દિવસ ૨૦ માર્ચ, ૨૦૧૨ના રોજ ચંદુના ઑર્ડરનો અમલ થઈ ગયો અને તેણે તેના ૧૩૯ શૅર વેચી દીધા.

કુલ મેળવેલી રકમ - ૧૩૯ x ૮૧.૪૩ = ૧૧.૩૧૮.૭૭ રૂપિયા

આ ૧૩૯ શૅરની મૂળ કિંમત ૧૩૯ x ૩૬.૦૫ = ૫,૦૧૦.૯૫ રૂપિયા

ચોખ્ખો નફો - ૧૧,૯૧૮.૭૭ - ૫,૦૧૦.૯૫ = ૬૩૦૭.૮૨ રૂપિયા

બાકીના શૅર - ૧,૪૭૫

બાકીના શૅરોનું બજાર મૂલ્ય - ૧,૪૭૫ x ૮૧.૪૩ = ૧,૨૦,૧૦૯.૨૫ રૂપિયા

બાકી રોકડ - ૩,૭૬૭.૩૩ + ૧૧,૯૧૮.૭૭ = ૬૭,૧૦૯.૮૯ રૂપિયા

૨૦ માર્ચ, ૨૦૧૨ના રોજ કુલ સંપત્તિ - રોકડ ૬૭,૧૦૯.૮૯ + બાકીના ૧,૪૭૫ શૅરોનું બજાર મૂલ્ય - ૧,૨૦,૧૦૯.૨૫ = ૧,૮૭,૨૧૯.૧૪

ગણતરીમાં સરળતા માટે મેં આ ઉદાહરણોમાં દલાલીનો સમાવેશ નથી કર્યો.

આવું ૧૯ માર્ચ, ૨૦૧૨થી ૨૬ માર્ચ, ૨૦૧૨ વચ્ચે થયું, જ્યારે શૅરમાં ૨૦૦ ડી.એમ.એ.નો સુધારો આવ્યો, પરંતુ તે ફરી એક વખત ઘટ્યા. આમ, ૨૬ માર્ચ, ૨૦૧૨ના રોજ ચંદુએ ફરીથી - ૫ ટકા અને વધુ પૉઇન્ટના ઘટાડા પર શૅર વેચવાનું શરૂ કર્યું.

૨૬ માર્ચ, ૨૦૧૨ના રોજ

બંધ ભાવ ૮૧.૭૦

૨૦૦ ડી.એમ.એ.થી -૫.૯૫ ટકા નીચે

જૂના ખરીદેલા શૅરોમાં પ્રોફિટ બુકિંગ કરવાનો સમય.

અહીં સૌથી જૂની ખરીદીવાળા લૉટમાં ૧૩૮ શૅર છે, જે તેણે ૨૨ એપ્રિલ, ૨૦૧૦ના રોજ ખરીદ્યા હતા (એક્સેલની બૅલેન્સ શીટમાં જુઓ, ચંદુએ ૨૨ એપ્રિલ, ૨૦૧૦ના રોજ ૧૩૮ શૅર ૩૬.૩૬ના ભાવે ખરીદ્યા હતા, જે આપણા વિચારે સૌથી જૂનો લૉટ છે.)

ચંદુએ ૧૩૮ શૅરોના વેચાણનો આદેશ આપી દીધો.

આદેશ મુજબનો ભાવ - ૮૦.૮૯ (અંતિમ બંધ ભાવ ૮૧.૭૦ - ૦.૮૧). મને લાગે છે કે તમને યાદ હશે કે આપણે જ્યારે પણ બંધ -

બજારમાં વેચાણનો ઑર્ડર કરીએ છીએ તો આપણે તેને હંમેશા પાછલા બંધ ભાવથી ૧ ટકા નીચે રાખવો જોઈએ.

આગામી કામકાજના દિવસ ૨૭ માર્ચ, ૨૦૧૨ના રોજ ચંદુના ઑર્ડરનો અમલ થઈ ગયો અને તેણે તેના ૧૩૮ શૅર વેચી દીધા.

કુલ મેળવેલી રકમ - ૧૩૮ X ૮૦.૮૯ = ૧૧,૧૬૨.૮૨ રૂપિયા

આ ૧૩૮ શૅરની મૂળ કિંમત ૧૩૮ x ૩૬.૩૬ = ૫,૦૧૭.૬૮ રૂપિયા

ચોખ્ખો નફો - ૧૧,૧૬૨.૮૨ - ૫,૦૧૭.૬૮ = ૬,૧૪૫.૧૪ રૂપિયા

બાકીના શૅર - ૧,૩૩૭

બાકીના શૅરોનું બજાર મૂલ્ય - ૧,૩૩૭ x ૮૦.૮૯ = ૧,૦૮,૧૪૯.૯૩

બાકી રોકડ - ૩,૭૬૭.૩૩ + ૧૧,૧૬૨.૮૨ = ૭૮,૨૭૨.૭૧ રૂપિયા

૨૭ માર્ચ, ૨૦૧૨ના રોજ કુલ સંપત્તિ - રોકડ ૭૮,૨૭૨.૭૧ + બાકીના ૧,૩૩૭ શૅરોનું બજાર મૂલ્ય - ૧,૦૮,૧૪૯.૯૩ = ૧,૮૬,૪૨૨.૬૪

ગણતરીમાં સરળતા માટે મેં આ ઉદાહરણોમાં દલાલીનો સમાવેશ નથી કર્યો.

૯ મે, ૨૦૧૨ના રોજ

બંધ ભાવ ૭૭.૧૦

૨૦૦ ડી.એમ.એ.થી -૧૨.૭૨ ટકા નીચે

જૂના ખરીદેલા શૅરોમાં પ્રોફિટ બુકિંગ કરવાનો સમય.

અહીં સૌથી જૂની ખરીદીવાળા લૉટમાં ૨૬૦ શૅર છે, જે તેણે ૬ ઑગસ્ટ, ૨૦૧૦ અને ૧૧ ઑગસ્ટ, ૨૦૧૦ના રોજ ખરીદ્યા હતા (એક્સેલની બૅલેન્સ શીટમાં જુઓ, ચંદુએ ૬ ઑગસ્ટ, ૨૦૧૦ અને ૧૧ ઑગસ્ટ ૨૦૧૦ના રોજ ૨૬૦ શૅર ૩૭.૫૨ના ભાવે ખરીદ્યા હતા, જે આપણા વિચારે સૌથી જૂનો લૉટ છે.)

ચંદુએ ૨૬૦ શૅરોના વેચાણનો આદેશ આપી દીધો.

આદેશ મુજબનો ભાવ - ૭૬.૩૩ (અંતિમ બંધ ભાવ ૭૭.૧૦ - ૦.૭૭). મને લાગે છે કે તમને યાદ હશે કે આપણે જ્યારે પણ બંધ - બજારમાં વેચાણનો ઑર્ડર કરીએ છીએ તો આપણે તેને હંમેશા પાછલા બંધ ભાવથી ૧ ટકા નીચે રાખવો જોઈએ.

આગામી કામકાજના દિવસ ૧૦ મે, ૨૦૧૨ના રોજ ચંદુના ઑર્ડરનો અમલ થઈ ગયો અને તેણે તેના ૨૬૦ શૅર વેચી દીધા.

કુલ મેળવેલી રકમ - ૨૬૦ x ૭૬.૩૩ = ૧૯,૮૪૫.૮૦ રૂપિયા

આ ૨૬૦ શૅરની મૂળ કિંમત ૨૬૦ x ૩૮.૫૨ = ૯,૭૫૫.૨૦ રૂપિયા

ચોખ્ખો નફો - ૧૯,૮૪૫.૮૦ - ૯,૭૫૫.૨૦ = ૧૦,૦૯૦.૬૦ રૂપિયા

બાકીના શૅર - ૧,૦૭૭

બાકીના શૅરોનું બજાર મૂલ્ય - ૧,૦૭૭ x ૭૬.૩૩ = ૮૨,૨૦૭.૪૧

બાકી રોકડ - ૩,૭૬૭.૩૩ + ૧૯,૮૪૫.૮૦ = ૯૮,૧૧૮.૫૧ રૂપિયા

૧૦ મે, ૨૦૧૨ના રોજ કુલ સંપત્તિ - રોકડ ૯૮,૧૧૮.૫૧ + બાકીના ૧,૦૭૭ શૅરોનું બજાર મૂલ્ય - ૮૨,૨૦૭.૪૧ = ૧,૮૦,૩૨૫.૯૨ રૂપિયા.

ગણતરીમાં સરળતા માટે મેં આ ઉદાહરણોમાં દલાલીનો સમાવેશ નથી કર્યો.

૧૪ મે, ૨૦૧૨ના રોજ

બંધ ભાવ ૭૪.૧૫

૨૦૦ ડી.એમ.એ.થી -૧૭ ટકા નીચે

જૂના ખરીદેલા શૅરોમાં પ્રોફિટ બુકિંગ કરવાનો સમય.

અહીં સૌથી જૂની ખરીદીવાળા લૉટમાં ૧૧૫ શૅર છે, જે તેણે ૧૮ ઑગસ્ટ, ૨૦૧૦ના રોજ ખરીદ્યા હતા (એક્સેલની બૅલેન્સ શીટમાં જુઓ, ચંદુએ ૧૮ ઑગસ્ટ, ૨૦૧૦ના રોજ ૨૬૦ શૅર @ ૨૯.૭૯ રૂપિયાના ભાવે ખરીદ્યા હતા, જે આપણા વિચારે સૌથી જૂનો લૉટ છે.)

ચંદુએ ૧૧૫ શૅરોના વેચાણનો આદેશ આપી દીધો.

આદેશ મુજબનો ભાવ - ૭૩.૪૧ (અંતિમ બંધ ભાવ ૭૪.૧૫ -

૦.૭૪). મને લાગે છે કે તમને યાદ હશે કે આપણે જ્યારે પણ બંધ - બજારમાં વેચાણનો ઑર્ડર કરીએ છીએ તો આપણે તેને હંમેશા પાછલા બંધ ભાવથી ૧ ટકા નીચે રાખવો જોઈએ.

આગામી કામકાજના દિવસ ૧૫ મે, ૨૦૧૨ના રોજ ચંદુના ઑર્ડરનો અમલ થઈ ગયો અને તેણે તેના ૧૧૫ શૅર વેચી દીધા.

કુલ મેળવેલી રકમ - ૧૧૫ X ૭૩.૪૧ = ૮,૪૪૨.૧૫ રૂપિયા

આ ૧૧૫ શૅરની મૂળ કિંમત ૧૧૫ x ૭૩.૪૧ = ૪,૫૭૫.૮૫ રૂપિયા

શુદ્ધ લાભ - ૮,૪૪૨.૧૫ - ૪,૫૭૫.૮૫ = ૩,૮૬૬.૩૦ રૂપિયા

બાકીના શૅર - ૯૬૨

બાકીના શૅરોનું બજાર મૂલ્ય - ૯૬૨ X ૭૩.૪૧ = ૭૦,૬૨૯.૪૨ રૂપિયા

બાકી રોકડ - ૩,૭૬૭.૩૩ + ૮,૪૪૨.૧૫ = ૧,૦૬,૫૬૦.૬૬ રૂપિયા

૧૫ મે, ૨૦૧૨ના રોજ કુલ સંપત્તિ - રોકડ ૧,૦૬,૫૬૦.૬૬ + બાકીના ૯૬૨ શૅરોનું બજાર મૂલ્ય - ૭૦,૬૨૦.૪૨ = ૧,૭૭,૧૮૧.૦૮

ગણતરીમાં સરળતા માટે મેં આ ઉદાહરણોમાં દલાલીનો સમાવેશ નથી કર્યો.

૧૭ મે, ૨૦૧૨ના રોજ

બંધ ભાવ ૭૦.૭

૨૦૦ ડી.એમ.એ.થી -૨૨.૪૧ ટકા નીચે

જૂના ખરીદેલા શૅરોમાં પ્રોફિટ બુકિંગ કરવાનો સમય.

અહીં સૌથી જૂની ખરીદીવાળા લૉટમાં ૧૧૦ શૅર છે, જે તેણે ૮ સપ્ટેમ્બર, ૨૦૧૦ના રોજ ખરીદ્યા હતા (એક્સેલની બૅલેન્સ શીટમાં જુઓ, ચંદુએ ૮ સપ્ટેમ્બર, ૨૦૧૦ના રોજ ૧૧૦ શૅર ૪૩.૫૩ રૂપિયાના ભાવે ખરીદ્યા હતા, જે આપણા વિચારે સૌથી જૂનો લૉટ છે.)

ચંદુએ ૧૧૦ શૅરોના વેચાણનો આદેશ આપી દીધો.

આદેશ મુજબનો ભાવ - ૭૦ (અંતિમ બંધ ભાવ ૭૦.૭૦ - ૦.૭૦). મને લાગે છે કે તમને યાદ હશે કે આપણે જ્યારે પણ બંધ - બજારમાં

વેચાણનો ઑર્ડર કરીએ છીએ તો આપણે તેને હંમેશા પાછલા બંધ ભાવથી ૧ ટકા નીચે રાખવો જોઈએ.

આગામી કામકાજના દિવસ ૧૮ મે, ૨૦૧૨ના રોજ ચંદુના ઑર્ડરનો અમલ થઈ ગયો અને તેણે તેના ૧૧૦ શૅર વેચી દીધા.

કુલ મેળવેલી રકમ - ૧૧૦ x ૭૦ = ૭,૭૦૦ રૂપિયા

આ ૧૮૯ શૅરની મૂળ કિંમત ૧૧૦ x ૪૩.૫૩ = ૪,૭૮૮.૩૦ રૂપિયા

ચોખ્ખો નફો - ૭,૭૦૦ - ૪,૭૮૮.૩૦ = ૨,૯૧૧.૭૦ રૂપિયા

બાકીના શૅર - ૮૫૨

બાકીના શૅરોનું બજાર મૂલ્ય - ૮૫૨ x ૭૦ = ૫૯,૬૪૦ રૂપિયા

બાકી રોકડ - ૩,૭૬૭.૩૩ + ૭,૭૦૦ = ૧,૧૪,૨૬૦.૬૬ રૂપિયા

૧૮ મે, ૨૦૧૨ના રોજ કુલ સંપત્તિ - રોકડ ૧,૧૪,૨૬૦.૬૬ + બાકીના ૮૫૨ શૅરોનું બજાર મૂલ્ય - ૫૯,૬૪૦ = ૧,૭૩,૯૦૦.૬૬ રૂપિયા.

ગણતરીમાં સરળતા માટે મેં આ ઉદાહરણોમાં દલાલીનો સમાવેશ નથી કર્યો.

૧૯ જૂન, ૨૦૧૨ના રોજ

બંધ ભાવ ૬૮.૬૫

૨૦૦ ડી.એમ.એ.થી -૨૫.૬ ટકા નીચે

જૂના ખરીદેલા શૅરોમાં પ્રોફિટ બુકિંગ કરવાનો સમય.

અહીં સૌથી જૂની ખરીદીવાળા લૉટમાં ૯૭ શૅર છે, જે તેણે ૧૪ ઑક્ટોબર, ૨૦૧૦ના રોજ ખરીદ્યા હતા (એક્સેલની બૅલેન્સ શીટમાં જુઓ, ચંદુએ ૧૪ ઑક્ટોબર, ૨૦૧૦ના રોજ ૯૭ શૅર @ ૫૧.૭૬ રૂપિયાના ભાવે ખરીદ્યા હતા, જે આપણા વિચારે સૌથી જૂનો લૉટ છે.)

ચંદુએ ૯૭ શૅરોના વેચાણનો આદેશ આપી દીધો.

આદેશ મુજબનો ભાવ - ૬૭.૯૭ (અંતિમ બંધ ભાવ ૬૮.૬૫ - ૦.૬૮). મને લાગે છે કે તમને યાદ હશે કે આપણે જ્યારે પણ બંધ - બજારમાં વેચાણનો ઑર્ડર કરીએ છીએ તો આપણે તેને હંમેશા પાછલા બંધ ભાવથી ૧ ટકા નીચે રાખવો જોઈએ.

આગામી કામકાજના દિવસ ૨૦ જૂન, ૨૦૧૨ના રોજ ચંદુના ઑર્ડરનો

અમલ થઈ ગયો અને તેણે તેના ૯૭ શૅર વેચી દીધા.

કુલ મેળવેલી રકમ - ૯૭ X ૬૭.૯૭ = ૬,૫૯૩.૦૯ રૂપિયા

આ ૯૭ શૅરની મૂળ કિંમત ૯૭ x ૫૧.૭૬ = ૫,૦૨૦.૭૨ રૂપિયા

ચોખ્ખો નફો - ૬,૫૯૩.૦૯ - ૫,૦૨૦.૭૨ = ૧,૫૭૨.૩૭ રૂપિયા

બાકીના શૅર - ૭૫૫

બાકીના શૅરોનું બજાર મૂલ્ય - ૭૫૫ x ૬૭.૯૭ = ૫૧,૩૧૭.૩૫

બાકી રોકડ - ૩,૭૬૭.૩૩ + ૬,૫૯૩.૦૯ = ૧,૨૦,૮૫૩.૭૫ રૂપિયા

૨૦ જૂન, ૨૦૧૨ના રોજ કુલ સંપત્તિ - રોકડ ૧,૨૦,૮૫૩.૭૫ + બાકીના ૭૫૫ શૅરોનું બજાર મૂલ્ય - ૫૧,૩૧૭.૩૫ = ૧૭,૨૧૭.૧૦ રૂપિયા.

ગણતરીમાં સરળતા માટે મેં આ ઉદાહરણોમાં દલાલીનો સમાવેશ નથી કર્યો.

૨૯ ઑગસ્ટ, ૨૦૧૨ના રોજ

બંધ ભાવ ૬૦.૭૫

૨૦૦ ડી.એમ.એ.થી -૩૧.૩૫ ટકા નીચે

જૂના ખરીદેલા શૅરોમાં પ્રોફિટ બુકિંગ કરવાનો સમય.

અહીં સૌથી જૂની ખરીદીવાળા લૉટમાં ૮૯ શૅર છે, જે તેણે ૨૦ ઑક્ટોબર, ૨૦૧૦ના રોજ ખરીદ્યા હતા (એક્સેલની બૅલેન્સ શીટમાં જુઓ, ચંદુએ ૨૦ ઑક્ટોબર, ૨૦૧૦ના રોજ ૮૯ શૅર ૫૬.૫૬ રૂપિયાના ભાવે ખરીદ્યા હતા, જે આપણા વિચારે સૌથી જૂનો લૉટ છે.)

ચંદુએ ૮૯ શૅરોના વેચાણનો આદેશ આપી દીધો.

આદેશ મુજબનો ભાવ - ૬૦.૧૫ (અંતિમ બંધ ભાવ ૬૦.૭૫ - ૦.૬૦). મને લાગે છે કે તમને યાદ હશે કે આપણે જ્યારે પણ બંધ - બજારમાં વેચાણનો ઑર્ડર કરીએ છીએ તો આપણે તેને હંમેશા પાછલા બંધ ભાવથી ૧ ટકા નીચે રાખવો જોઈએ.

આગામી કામકાજના દિવસ ૩૦ જૂન, ૨૦૧૨ના રોજ ચંદુના ઑર્ડરનો અમલ થઈ ગયો અને તેણે તેના ૮૯ શૅર વેચી દીધા.

કુલ મેળવેલી રકમ - ૮૯ x ૬૦.૧૫ = ૫,૩૫૩.૩૫ રૂપિયા

આ ૮૯ શૅરની મૂળ કિંમત ૮૯ X ૫૬.૫૬ = ૫,૩૫૩.૩૫ રૂપિયા

ચોખ્ખો નફો - ૫,૩૫૩.૩૫ - ૫,૦૩૩.૮૪ = ૩૧૯.૫૧ રૂપિયા

બાકીના શૅર - ૬૬૬

બાકીના શૅરોનું બજાર મૂલ્ય - ૬૬૬ x ૬૦.૧૫ = ૪૦,૦૫૯.૯ રૂપિયા

બાકી રોકડ - ૩,૭૬૭.૩૩ + ૫,૩૫૩.૩૫ = ૧,૨૬,૨૦૭.૧૦ રૂપિયા

૩૦ ઑગસ્ટ, ૨૦૧૨ના રોજ કુલ સંપત્તિ - રોકડ ૧,૨૬,૨૦૭.૧૦ + બાકીના ૬૬૬ શૅરોનું બજાર મૂલ્ય - ૪૦,૦૫૯.૯૦ = ૧,૬૬,૨૬૭ રૂપિયા.

ગણતરીમાં સરળતા માટે મેં આ ઉદાહરણોમાં દલાલીનો સમાવેશ નથી કર્યો.

આગામી પ્રકરણમાં આપણે ચંદુના લાભાંશ અને બચત ખાતાની રોકડ પર વ્યાજમાં મળેલા લાભ અંગે જાણીશું.

❑

ચંદુનો પહેલો લાભાંશ

અરવિંદ લિ.એ ૧૩ સપ્ટેમ્બર, ૨૦૧૨ના ૧ રૂપિયા પ્રતિ શૅર લાભાંશની જાહેરાત કરી. ચંદુ પાસે ૧૩ સપ્ટેમ્બર, ૨૦૧૨ના રોજ ૬૬૬ શૅર હતા, તેથી તેમને પહેલા લાભાંશની આવક તરીકે ૬૬૬ રૂપિયા મળ્યા. આ લાભાંશ પછી ચંદુનું કુલ રોકડ હોલ્ડિંગ ૧,૨૬,૮૭૩.૧૦ રૂપિયા થઈ ગયું.

આમ, ચંદુની અરવિંદના ૬૬૬ શૅરના હોલ્ડિંગની કિંમત શૂન્ય થઈ ગઈ. કારણ કે તેણે પોતાના રોકાણની શરૂઆત ૧,૦૦,૦૦૦ રૂપિયાથી કરી હતી. તેના ૬૮,૩૪૭.૪૦ રૂપિયાના પ્રોફિટ બુકિંગ અને બચત ખાતામાં એકત્રિત રોકડ પછી હવે તેની પાસે ૬૬૬ શૅર અને ૧,૨૬,૮૭૩.૧૦ રૂપિયાની રોકડ હતી.

ચંદુની બૅલેન્સશીટ ૧૯ સપ્ટેમ્બર, ૨૦૦૫થી						
તારીખ	ખરીદી	દર @ વ્યાજ	કુલ રોકાણ લાભ	બચત તફાવત	લાભાંશ	રોકડ રકમનો
૧૩ સપ્ટે., ૧૨	-	-	-	-	૬૬૬	,૨૬,૮૭૩.૧૦
૧૯ સપ્ટે., ૧૨	-	-	-	૨૨૭૦.૫૬	-	૧,૨૯,૧૪૩.૬૬

જો ચિંકી પાસે હજી પણ શરૂઆતમાં ખરીદેલા ૭૧૦ શૅર હોત તો ૧૩ સપ્ટેમ્બર, ૨૦૧૨ના રોજ અરવિંદ લિ.નો ભાવ માત્ર ૭૦.૧૦ હોવા પછી જો તે શૅર હજી પણ તેની પાસે હોત તો સંભવતઃ તે હજી પણ ૫૦,૦૦૦ના નુકસાનમાં હોત.

ચંદુ અને ચિંકીના પ્રારંભિક રોકાણના સાતમા વર્ષે ચંદુને ૨,૨૭૦.૫૬ રૂપિયા મળ્યા, જે તેના બચત ખાતામાં જમા રોકડનું વ્યાજ હતું.

હવે ચંદુ પાસે કુલ રોકડ ૧,૨૯,૧૪૩.૬૬ રૂપિયા હતા અને તે રાહ જોતો હતો કે ક્યારે તેનું શૅર જિનિયસ સોફ્ટવેર અરવિંદ લિ.ના શૅરોની આગામી ખરીદી-વેચવાલીના સંકેત આપે છે.

હવે તમે મારી પદ્ધતિને સંપૂર્ણપણે શીખી ચૂક્યા છો. તેથી મને પુસ્તકમાં પ્રત્યેક ખરીદી-વેચાણની સંક્ષિપ્ત વિગતો આપવાની જરૂર નથી.

મારી ગૂગલ ડ્રાઈવમાંથી ડાઉનલોડ કરાયેલી એક્સેલ શીટમાં તમે જોઈ શકો છો કે આ શીટમાં મેં ચંદુની ખરીદી-વેચવાલીની વિગતોની સાથે જ તેની આગામી ખરીદી-વેચવાલીની વિગતોની સાથે જ સંપૂર્ણ બૅલેન્સ શીટ પણ આપી છે. આ એક્સેલ શીટમાં સીધા ૨૬ માર્ચ, ૨૦૧૩ના રોજ જુઓ, જ્યાં ચંદુએ સોફ્ટવેરના સંકેત પછી ઓછા નુકસાનમાં વેચવાલી કરી છે.

પરંતુ જેમ મેં પહેલા જણાવ્યું હતું, આ નાનું નુકસાન હકીકતમાં નુકસાન નથી. કારણ કે તેનાથી ચંદુની રોકડ રકમમાં વધારો થયો છે અને આ રોકડ પર ચંદુને બચત ખાતામાં વ્યાજ મળ્યું છે. આ મોટી રકમ પર ચંદુને બચત ખાતા પર ૪ ટકા વ્યાજના રૂપમાં ૪,૫૨૦ રૂપિયા મળ્યા. આમ, વ્યાજ દ્વારા આ નાના નુકસાનની સરળતાથી ભરપાઈ થઈ ગઈ.

શૅરોના ભાવ વધવાનું ચાલુ રહ્યા, તો પણ સોફ્ટવેરે વેચવાલીના સંકેત કેમ આપ્યા. મેં આ ફૉર્મ્યુલા માત્ર અરવિંદ લિ. માટે જ નથી બનાવી. આ ફૉર્મ્યુલા શૅરબજારના બધા જ સારા શૅરો પર કામ કરશે.

જો આ પૉઈન્ટ પર અરવિંદના ભાવ ન વધે તો પ્રોફિટ બુકિંગ નુકસાનથી બચવાની સાથે જ તમારા ભવિષ્યમાં નફો સુનિશ્ચિત કરી દે છે.

આ શીટમાં તમને વધુ એક રસપ્રદ બાબત એ જોવા મળશે કે ૨૬ માર્ચ, ૨૦૧૩, ૧ એપ્રિલ, ૧૩ અને ૨૫ એપ્રિલ, ૨૦૧૩ના રોજ ચંદુએ ભલે લૉસ બુક કર્યો હોય, પરંતુ તેની કુલ સંપત્તિમાં વધારો થયો છે.

કુલ સંપત્તિ વધવાના બે કારણ -

બાકીના શૅરોના કારણે શૅરોના ભાવ વધતા તે તમારી કુલ સંપત્તિ

વધારવા માટે પર્યાપ્ત છે. બીજું કારણ એ છે કે આપણે નફા-નુકસાનની ગણતરીમાં સૌથી જૂના ખરીદેલા લૉટનું ધ્યાન રાખ્યું છે. પરંતુ જો આપણે નફા-નુકસાનની ગણતરીમાં સરેરાશ ખરીદી ભાવ પર ધ્યાન આપીએ તો તમે જોશો કે વર્ષ ૨૦૧૩માં આ લૉસ બુકિંગ વસ્તુતઃ પ્રોફિટ બુકિંગ જ છે.

❑

અરવિંદ લિ.નું ડીમર્જર

મારી ગૂગલ ડ્રાઈવમાંથી ડાઉનલોડ કરવામાં આવેલી એક્સેલ શીટ જુઓ. આ શીટમાં મેં ચંદુની ખરીદી-વેચવાલીની વિગતોની સાથે જ તેની આગામી ખરીદી-વેચવાલીની વિગતોની પણ આખી બૅલેન્સ શીટ આપી છે. આ શીટમાં મે ૨૮, ૨૦૧૫ સુધી જુઓ, કારણ કે ૨૮ મે, ૨૦૧૫ના રોજ અરવિંદ લિ. વિભાજિત થઈને બે અલગ કંપનીઓ બની ગઈ. એક અરવિંદ લિ. અને બીજી અરવિંદ ઈન્ફ્રાસ્ટ્રક્ચર લિ. (હાલમાં અરવિંદ સ્માર્ટ સ્પેસ લિ.).

ચંદુને અરવિંદ ઈન્ફ્રાના ૪૪ શૅર મળ્યા, કારણ કે ૨૮ માર્ચ, ૨૦૧૫ના રોજ તેની પાસે અરવિંદ લિ.ના ૪૪૦ શૅર હતા અને ૧૦:૧ની સ્વેપ સરેરાશથી તેને ૪૪ શૅર મળ્યા.

તેણે તેને ૧૨ ફેબ્રુઆરી, ૨૦૧૬ના રોજ ૭૭.૧ના ભાવે વેચી દીધા, કારણ કે તે દરમિયાન અરવિંદના શૅર ફરી એક વખત વેચવાલીના સંકેત આપી રહ્યા હતા.

અરવિંદ લિ. અને અરવિંદ ઈન્ફ્રા. - બંનેની એક-બીજામાં ભાગીદારી હતી. તેથી જ્યારે આ ઘટાડાની શરૂઆત થઈ તો ચંદુએ ૧૨ ફેબ્રુઆરીએ ૭૭.૧૦ રૂપિયાના બંધ ભાવ પર અરવિંદ ઈન્ફ્રા.ના ૪૪ શૅર વેચી દીધા.

આ મારી પ્રમાણિકતાનો એક પુરાવો છે, કારણ કે અરવિંદ ઈન્ફ્રા. ૧૫ જાન્યુઆરી ૨૦૧૬ના રોજ ૧૮૮ના ટોચના ભાવે હતો, પરંતુ મેં એ ન બતાવ્યું કે ચંદુએ તેના શૅર ૧૧૮ રૂપિયાના ભાવે વેચ્યા છે, કારણ કે સંકેત મળ્યા વિના શૅર વેચવા અતાર્કિક છે.

❑

પોતાનું રોકાણ કેવી રીતે વધારશો ?

તમે એકત્ર કરેલી રોકડ તમારી મૂળ રકમથી વધુ થઈ જાય તો તમારે આ નિયમ હેઠળ પોતાના લૉટનું કદ વધારવું જોઈએ. -

મૂળ લૉટનું કદ - ૫,૦૦૦ રૂપિયા.

મૂળ રોકાણ - ૧,૦૦૦ રૂપિયા.

જો તમારી રોકડ રકમ ૧,૦૦,૦૦૦થી ૨,૦૦,૦૦૦ રૂપિયા વચ્ચે થઈ જાય તો તમારે મૂળ લૉટનું કદ બમણું કરવું જોઈએ, એટલે કે જો તમારી પાસે ૧,૦૦,૦૦૦ રૂપિયાથી વધુ રોકડ હોય તો એક વખતમાં ૧૦,૦૦૦ રૂપિયાનું રોકાણ કરો.

જો તમારી રોકડ રકમ ૨,૦૦,૦૦૦થી ૩,૦૦,૦૦૦ થઈ જાય તો તેને વધુ વધારી દો અને એક વખતમાં ૧૫,૦૦૦ રૂપિયાનું રોકાણ કરો. એટલે કે જ્યારે પણ તમારી રોકડ રકમ તમારી મૂળ રોકાણ રકમથી વધુ થઈ જાય તો પોતાની આંશિક રોકાણ રકમને બમણી કરી દો.

જો તમારી મૂળ રોકાણ રકમ બમણાથી પણ વધુ થઈ જાય તો પોતાની આંશિક રોકાણ રકમના ત્રણ ગણા કરી દો. ઉદાહરણરૂપે જુઓ -

૧,૦૦,૦૦૦થી શરૂ કરો છો.

૧,૦૦,૦૦૦થી ઓછી રોકડ રકમ થતાં એક વખતમાં ૫,૦૦૦ રૂપિયાનું રોકાણ કરો.

૧,૦૦,૦૦૦થી ૨,૦૦,૦૦૦ લાખ વચ્ચે રોકડ હોય તો એક વખતમાં ૧૦,૦૦૦ રૂપિયાનું રોકાણ કરો.

૨,૦૦,૦૦૦થી ૩,૦૦,૦૦૦ લાખ વચ્ચે રોકડ હોય તો એક વખતમાં

૧૫,૦૦૦ રૂપિયાનું રોકાણ કરો.

૩,૦૦,૦૦૦થી ૪,૦૦,૦૦૦ લાખ વચ્ચે રોકાડ હોય તો એક વખતમાં ૨૦,૦૦૦ રૂપિયાનું રોકાણ કરો.

કારણ કે રોકડ વધવાની સાથે જ તમારી જોખમ લેવાની ક્ષમતા પણ વધી જાય છે.

ચંદુની ૮ જુલાઈ, ૨૦૧૫ની ખરીદી જુઓ, જ્યાં તેની પાસે કુલ રોકડ ૨,૪૦,૪૪૦.૮૦ રૂપિયા છે, જે કારણે ૮ જુલાઈએ તેણે રૂ. ૧૫,૦૦૦નું રોકાણ કર્યું.

❑

વાર્તાનો સુખદ અંત

પોતાની એક્સેલ શીટનું અંતિમ પાનું જુઓ. ૧૫ નવેમ્બર, ૨૦૧૬ના રોજ ચંદુ પાસે કુલ રોકડ ૧,૫૪,૮૫૧.૪૦ રૂપિયા છે અને મારી રીતના પગલે તેની પાસે અરવિંદના ૫૫૮ શૅર પણ છે.

આ ૫૫૮ શૅરોનું બજાર મૂલ્ય ૧,૮૭,૧૫૬ રૂપિયા છે અને ચંદુની કુલ સંપત્તિ ૩,૪૨,૦૦૭.૪૦ રૂપિયા છે.

કેટલાક વાચકો એ પ્રશ્ન પૂછી શકે છે કે જો ચિંકી પાસે હજી પણ તેના ૭૧૦ શૅર હોત તો તે જીતી હોત કે હારી હોત ?

શૅરોના ભાવ ૧૪૦થી ૧૨ સુધી ઘટતા જોયા પછી તેને ૧૧ વર્ષના લાંબા સમય સુધી પોતાની પાસે રાખવા ઘણા જ મુશ્કેલ હોય છે.

પરંતુ જો ચિંકી વોરેન બફેટની જેમ તેને પોતાની પાસે રાખ્યા હોત તો તેની અંદાજિત બૅલેન્સ શીટ કંઈક આ રીતની હોત.

જો ચિંકી હજી પણ તેના ૭૧૦ શૅરનું બજાર મૂલ્ય રાખે છે		૨૩૩૯૪૫
અરવિંદ સ્માર્ટ સ્પેસનું બજાર મૂલ્ય		૬૮૪૦.૮૫
લાભાંશ	૧.૬૫	૧૧૭૧.૫૦
લાભાંશ	૨.૩૫	૧૬૬૮.૫૦
લાભાંશ	૨.૫૫	૧૮૧૦.૫૦
લાભાંશ	૨.૪૦	૧૭૦૪
લાભાંશ રોકડ પર વ્યાજ		૬૦૦.૬૬
		૨૪૭૭૪૧.૦૧

જો ચિંકી પાસે હજી પણ તેના ૭૧૦ શૅર હોત તો બધો લાભાંશ, ડીમર્જર અને વ્યાજ પછી ચિંકી પાસે ૨,૪૭,૭૪૧ રૂપિયા હોત, જ્યારે ચંદુની કુલ સંપત્તિ ૩,૪૨,૦૦૭.૪૦ છે.

ચંદુએ ૨,૪૨,૦૦૭.૪૦ રૂપિયાની કમાણી એવા શૅરમાંથી કરી હતી, જે વર્ષ ૨૦૦૫થી ૨૦૧૧ સુધી સારો દેખાવ કરી શક્યા નહોતા.

હવે ચંદુએ તેના બધા જ શૅર વેચી દીધા અને બદલામાં તેને ૩,૪૨,૦૦૭ રૂપિયા મળ્યા. તેણે તેમાંથી ૨,૪૨,૦૦૦ રૂપિયા શૅરબજારમાં નુકસાન ઉઠાવી ચૂકેલી તેની સૌથી સારી મિત્ર ચિંકીને આપી દીધા.

ચંદુએ ૨,૪૨,૦૦૦ રૂપિયા ચિંકીને એટલા માટે આપ્યા, કારણ કે જો ચિંકીએ એ સપનું દેખાડ્યું ન હોત તો તે આ ટ્રેડિંગ રીત ક્યારેય શીખી શક્યો ન હોત.

આમ પણ ચિંકી ચંદુની વાગ્દત્તા હતી.

હવે ચંદુએ ફરીથી આ જ રીતના માધ્યમથી પોતાના બાકીના ૧ લાખ રૂપિયા કંટ્રી ક્લબ હોસ્પિટાલિટી ઍન્ડ હોલિડેઝ લિ.ના શૅરોમાં લગાવી દીધા.

ચિંકીએ આ રીત દ્વારા વિજયા બેંકના શૅરોથી શરૂઆત કરી.

તે બંને મારી પાસે આવ્યા અને મને પોતાની આ વાર્તા સંભળાવી અને મેં તેને પુસ્તકના રૂપમાં તમારા બધા સમક્ષ રજૂ કરી.

મેં તેમને એ પણ સલાહ આપી કે પોતાના બધા જ રૂપિયા બચત ખાતામાં રાખવાના બદલે ૨૦,૦૦૦ રૂપિયા રાખીને બાકીના ૮૦,૦૦૦ રૂપિયાનું એચ.ડી.એફ.સી. ટોપ ૨૦૦ ગ્રોથ ફંડમાં રોકાણ કરે. તેનાથી એક તો તે ધનનો ઉપયોગ થઈ જશે અને જો વેચવાલીના સંકેત નહીં મળે તો તે મ્યુચ્યુઅલ ફંડ યુનિટ વેચીને ફરીથી રોકડ એકત્રિત કરી શકે છે.

આ રીત દ્વારા તે પોતાના બધા જ રૂપિયાનું બજારમાં રોકાણ કરતા પોતાની રોકડ રકમ પર બચત ખાતાના વ્યાજથી વધુ કમાણી કરી શકે છે.

મ્યુચ્યુઅલ ફંડથી ટૅક્સ-ફ્રી રોકડ મેળવવા સંબંધી વધુ વિગતો જાણવા

માટે આ લિંક પર જાવ.

http://mutualfundgenius.maheshkaushik.com/2016/03/equity-mutual-funds-that-paymonthly.html

સ્પષ્ટીકરણ : મેં આ રીતની મદદથી કંટ્રી ક્લબના શૅર લીધા છે અને મારી પત્ની (શ્રીમતી સીમા કૌશિક, ચિંકી નહીં)એ પણ આ રીતની મદદથી વિજયા બેંકના શૅર લીધા છે.

❑

મોટા ભાગે પુછાતા પ્રશ્નો

હું મારા પુસ્તકની બીજી આવૃત્તિમાં આ પ્રકરણ એટલા માટે ઉમેરી રહ્યો છું, કારણ કે પુસ્તકની પહેલી આવૃત્તિ વાંચ્યા પછી મારા કેટલાક ફૉલોઅર્સે મને અનેક પ્રકારના પ્રશ્નો પૂછ્યા. અહીં એ બધા પ્રશ્ન અને તેના જવાબ આપ્યા છે.

પ્રશ્ન - ૧ : તમારા પુસ્તકના પ્રકરણ ૧૧માં તમે લખ્યું છે કે 'જો તમે દરરોજ તમારા એક્સેલ સોફ્ટવેર પર ૫ મિનિટ આપવા માટે તૈયાર હો તો આ પુસ્તક તમારા મનને પ્રકાશિત કરી દેશે અને આગામી દસ વર્ષમાં તમને કરોડપતિ બનતા કોઈ રોકી શકશે નહીં.' તમે આ પ્રકરણમાં 'કરોડપતિ' શબ્દનો ઉપયોગ કેમ કર્યો છે ? મેં આખુ પુસ્તક વાંચ્યું અને ચંદુએ ૧,૦૦,૦૦૦ રૂપિયાના રોકાણથી શરૂઆત કરી અને માત્ર ૨,૪૨,૦૦૭.૪૦ રૂપિયાની કમાણી કરી. તો પછી તમે 'કરોડપતિ' શબ્દનો ઉપયોગ કેમ કર્યો ?

જવાબ - ૧ : પ્રશ્ન પૂછવા માટે આભાર. મારા ઉદાહરણમાં મેં આ ચંદુના બચત ખાતામાં હયાત રોકડ રકમના આધારે કહ્યું હતું. આખું પુસ્તક વાંચ્યા પછી અંતિમ પાનાઓમાં તમને ખ્યાલ આવશે કે મેં ૮૦ ટકા રોકડને મ્યુચ્યુઅલ ફંડ યુનિટમાં રોકાણ કરવા અને બાકીની ૨૦ ટકા રકમને રોકડ સ્વરૂપમાં રાખવાની સલાહ આપી છે. આ રીતે તમે મ્યુચ્યુઅલ ફંડ યુનિટ વેચીને ફરીથી રોકડ મેળવી શકો છો અને સાથે જ તમને બચત ખાતાના ૪ ટકા રીટર્નની જગ્યાએ ૧૨ ટકા રીટર્ન મળશે.

બીજી વાત, હું એક પ્રમાણિક વ્યક્તિ છું, તેથી મેં મારા પુસ્તકમાં અરવિંદના શૅરોની પસંદગી કરી છે, જે ૧૪૦થી ૧૨ સુધી ઘટ્યા હતા અને

પછી ૧૨થી ૪૦૦ સુધી વધ્યા. અરવિંદના શૅરોએ વર્ષ ૨૦૦૫થી ૨૦૧૪ના વર્ષોમાં સારો દેખાવ કર્યો નહોતો અને વર્ષ ૨૦૦૫થી ૨૦૧૪ વચ્ચે તેમાં ૧૪૦ના ભાવ જેવો સુધારો ક્યારેય આવ્યો નહોતો.

વર્ષ ૨૦૦૫થી ૨૦૧૪ના આ પ્રારંભિક નવ વર્ષોમાં જ્યાં લોકો માત્ર પોતાની મૂળ રોકાણ રકમ જ કાઢી શક્યા, એવી ખરાબ સ્થિતિમાં પણ ચંદુએ નફાની કમાણી કરી.

જો તમે મ્યુચ્યુઅલ ફંડમાં રોકડ રોકાણ કરવાની સાથે જ આ ફૉર્મ્યુલાને આવો જ દેખાવ કરનારા પાંચ અન્ય શૅરો પર ઉપયોગ કરો તો તમે તેનાથી પ્રાપ્ત પરિણામો જોઈને આશ્ચર્યચકિત થઈ જશો.

ઉદાહરણ રૂપે, સેરા સેનિટરી, બટરફ્લાય, ગાંધીમતી એમ્પ્લોઈઝ, બાટા ઈન્ડિયા, અમારા રાજા બેટરીઝ, ગુડયર ઈન્ડિયા, સન ફાર્મા વગેરેના છેલ્લાં દસ વર્ષના ભાવનો ઇતિહાસ ડાઉનલોડ કરો. મારી ફૉર્મ્યુલાથી ઉપરની ૬માંથી કોઈ પણ શૅરોમાં ૫ લાખ રૂપિયાની શરૂઆત કરો અને સાથે જ મ્યુચ્યુઅલ ફંડમાં પણ રોકડ રોકાણ કરો તો તમે ૧ કરોડ રૂપિયાના આંકડાને સ્પર્શી શકો છો.

પ્રશ્ન - ૨ : જો હું ત્રણ શૅરોમાં તમારી રીતનો ઉપયોગ કરવા ઇચ્છું તો મને તેના માટે રૂ. ૩,૦૦,૦૦૦ની જરૂર પડશે, પરંતુ મારી પાસે તો માત્ર રૂ. ૨,૦૦,૦૦૦ જ છે. હવે હું શું કરું ?

જવાબ - ૨ : બધા શૅરોમાં એક સાથે ઉતાર-ચઢાવ નથી આવતા. તેથી ૨,૦૦,૦૦૦ રૂપિયામાંથી તમે ૨૦ ટકા રકમ રોકડ હોલ્ડિંગ રાખી શકો છો.

તેનો અર્થ એ થશે કે તમે ૪૦,૦૦૦ રૂપિયા રોકડ સ્વરૂપમાં રાખો અને બાકીના ૧,૬૦,૦૦૦ રૂપિયાનું કોઈ પણ સારા મ્યુચ્યુઅલ ફંડમાં રોકાણ કરો. હવે ૫,૦૦૦ - ૫,૦૦૦ - ૫,૦૦૦ કરીને તેનું ત્રણ શૅરોમાં રોકાણ કરો અને જો ફૉર્મ્યુલા સંકેત આપે તો બાકીની રોકડનો ઉપયોગ આગામી ખરીદીમાં કરો. તેની સાથે જ મ્યુચ્યુઅલ ફંડ યુનિટ વેચીને પોતાની રોકડ પરિપૂર્ણ રાખવાનું ન ભૂલો.

જો તમને તમારા શૅર વેચવાથી રોકડ મળતી હોય તો આ વધારાની રોકડનું પુનઃ મ્યુચ્યુઅલ ફંડમાં રોકાણ કરી દો.

પ્રશ્ન - ૩ : હું વેપારી છું, તેથી હું દસ વર્ષ જેટલા લાંબા સમય માટે રોકાણ કરવા માગતો નથી. હું તમારી રીતનો મારા શોર્ટ ટર્મ ટ્રેડિંગમાં કેવી રીતે ઉપયોગ કરી શકું ?

જવાબ - ૩ : આ પુસ્તકના આગામી પ્રકરણમાં વાંચીને તમે સમજી જશો કે મારી આ નવી રીતનો નિયમિત ટ્રેડિંગમાં કેવી રીતે ઉપયોગ કરી શકાય છે.

❑

આ રીતનો નિયમિત ટ્રેડિંગમાં કેવી રીતે ઉપયોગ કરવો ?

આ પુસ્તક પૂરું કરતાં પહેલાં હું સ્ટીવ જોબ્સ (એપલ કંપનીના સહસંસ્થાપક, ચેરમેન અને મુખ્ય કાર્યકારી અધિકારી)ના એક ક્વૉટ તરફ તમારું ધ્યાન ખેંચવા માગું છે.

સ્ટીવ જોબ્સના શબ્દો હતા - 'તમે મોટા થતા હો ત્યારે તમને હંમેશા જણાવાય છે કે દુનિયા જેવી છે તેવી જ રહેશે અને તમારું જીવન માત્ર આ સંસારમાં પોતાનું જીવન પસાર કરવા જેટલું જ છે. તેથી વધુ પ્રયાસ ન કરો. પોતાનો નાનો પરિવાર બનાવવાનો પ્રયાસ કરો, આનંદ કરો અને થોડા રૂપિયા બચાવો. પરંતુ આ ખૂબ જ મર્યાદિત જીવન છે.'

'જ્યારે તમે આ નાની વાત સમજી જાવ છો તો જીવન ખૂબ જ વિસ્તૃત બની જાય છે. તમે તમારી આજુબાજુ હયાત જે પણ વસ્તુને જીવન કહો છો, તે એવા લોકોએ બનાવી છે, જે તમારા જેટલા જ બુદ્ધિશાળી હતા - અને તમે તેને બદલી શકો છો, તમે તેને પ્રભાવિત કરી શકો છો, તમે એવી વસ્તુઓનું નિર્માણ કરી શકો છો, જેનો ઉપયોગ અન્ય લોકો કરી શકે.'

'આ સમજી ગયા પછી તમે પહેલાં જેવા નથી રહી જતા.'

મારા કહેવાનો એ અર્થ છે કે હું તમારા કરતાં વધુ બુદ્ધિશાળી નથી, કારણ કે માત્ર સમજદાર લોકો, જે ખરેખર એ શીખવા માગે છે કે શૅરબજારમાંથી રૂપિયા કેવી રીતે કમાઈ શકાય છે, તે આ પાનું વાંચવા સુધી પહોંચી શકશે, બાકી બધા તો ઝડપથી કેટલાક શરૂઆતન્નાં પાનાંઓ વાંચશે અને પછી વાંચવાનું બંધ કરી દેશે.

તેથી, જો તમે ખરેખર આખું પુસ્તક વાંચ્યા પછી આ અંતિમ પાના સુધી પહોંચ્યા હો તો તમે એ જ બુદ્ધિશાળી લોકોમાંથી છો, જેમના અંગે સ્ટીવ જોબ્સે કહ્યું હતું, 'તમે તમારી આજુબાજુ જે પણ વસ્તુને જીવન કહો છો, તે એવા લોકો બનાવ્યું છે, જે તમારા જેટલા જ બુદ્ધિશાળી હતા - અને તમે તેને બદલી શકો છો. તમે તેને પ્રભાવિત કરી શકો છો, તમે એવી વસ્તુઓનું નિર્માણ કરી શકો છો, જેનો ઉપયોગ અન્ય લોકો કરી શકે.'

એટલે કે મારી રીતમાં પોતાની જરૂરિયાત મુજબ ફેરફાર કરી શકો છો.

ઉદાહરણરૂપે, જો તમે આ રીતનો ઉપયોગ પોતાના દૈનિક શૅર માર્કેટ ટ્રેડિંગમાં કરવા માગતા હો તો આ રીત તમારી સોનાની ખાણ સાબિત થશે.

આ રીતનો ટ્રેડિંગમાં કેવી રીતે ઉપયોગ કરવો ?

અરવિંદ લિ.ના ઉદાહરણમાં તમે જોયું હશે કે અરવિંદ લિ. અનેક વખત ઊછળ્યો અને આગળ વધ્યો. મોટા ભાગનો વખત જ્યારે પણ તે તેના ૨૦૦ ડી.એમ.એ.થી વધુ થયો તો તેની મહત્તમ વૃદ્ધિ ૩૦ ટકા, ૩૫ ટકા અથવા ૪૦ ટકા સુધી પહોંચી શકી અને છેલ્લા દસ વર્ષોમાં આ શૅર ક્યારેય પણ ૫૦ ટકાથી વધુ વધ્યો નથી.

અરવિંદના ભાવ ૧૨થી ૪૦૦ સુધી પહોંચ્યા, પરંતુ છેલ્લાં દસ વર્ષોમાં આ શૅરમાં ૨૦૦ ડી.એમ.એ.થી ૫૦ ટકા વધુની વૃદ્ધિ પણ ક્યારેય થઈ નથી.

કેમ ?

મારી પાસે તેનો જવાબ છે.

મોટા ભાગના શૅર ક્યારેય પણ ૨૦૦ ડી.એમ.એ.થી ૫૦ ટકાથી વધુ વૃદ્ધિ કરી શકતા નથી, કારણ કે શૅરના ભાવ વધવાની સાથે જ ૨૦૦ ડી.એમ.એ. પણ દિવસે દિવસે વધતો જાય છે અને જ્યારે શૅરના ભાવ ઘટે છે ત્યારે ૨૦૦ ડી.એમ.એ. પણ દિવસે દિવસે ઘટે છે.

તો આ હોય છે શૅરના ૨૦૦ ડી.એમ.એ.થી ૫ ટકા વધુ થવા પર એક

વખતમાં ૫૦,૦૦૦ રૂપિયાનું રોકાણ કરતાં તમે ૨૦૦ ડી.એમ.એ.થી ૧૫ ટકા, ૨૦ ટકા, ૨૫ ટકા, ૩૦ ટકા અને ૩૫ ટકાની વૃદ્ધિનો આંશિક લાભ પહેલા જ બુક કરી દો છો.

તેનો અર્થ એ છે કે જ્યારે પણ કોઈ શૅર (-) ટકા વેરિએશનથી ચઢીને ૨૦૦ ડી.એમ.એ.થી + ૫ ટકા પર બંધ થાય તો તમે તે શૅરમાં એક જ સમયે ૫૦,૦૦૦ રૂપિયાનું રોકાણ કરી દેશો.

હવે તમે પોતાના કુલ શૅરોને પાંચ ભાગમાં વિભાજિત કરી દો અને જ્યારે શૅર ૨૦૦ ડી.એમ.એ.થી ૧૫ ટકા વધી જાય તો તે સમયે પોતાના હોલ્ડિંગમાંથી ૧/૫ હિસ્સો વેચી દો.

ત્યાર પછી શૅરના ૨૦૦ ડી.એમ.એ.થી ૨૦ ટકા વધુ થઈ જતાં આગામી ૧/૫મો હિસ્સો વેચી દો.

ત્યાર પછી શૅરના ૨૦૦ ડી.એમ.એ.થી ૨૫ ટકા વધુ થઈ જતાં આગામી ૧/૫મો હિસ્સો વેચી દો.

ત્યાર પછી શૅરના ૨૦૦ ડી.એમ.એ.થી ૩૦ ટકા વધુ થઈ જતાં આગામી ૧/૫મો હિસ્સો વેચી દો.

ત્યાર પછી શૅરના ૨૦૦ ડી.એમ.એ.થી ૩૫ ટકા વધુ થઈ જતાં આગામી ૧/૫મો હિસ્સો વેચી દો.

જો શૅર ૫ ટકા વધ્યા પછી ફરીથી ઘટવા લાગે તો શું કરવું ?

તેને પોતાની અરવિંદ લિ.ની ડેટા શીટ પર જુઓ. માની લો, ૨૨ માર્ચ, ૨૦૧૦ના રોજ તમે અરવિંદ લિ.માં એક જ વખતે ૫૦,૦૦૦ રૂપિયા એટલા માટે રોકાણ કરી દીધા, કારણ કે ૧૯ માર્ચ, ૨૦૧૦ના રોજ આ શૅર ૨૦૦ ડી.એમ.એ.થી ૫.૨૯ ટકા ઉછાળા પર બંધ થયો હતો.

માની લો, ૨૨ માર્ચ, ૨૦૧૦ના રોજ તમે અરવિંદના ૧,૩૮૭ શૅર ૩૬.૦૫ રૂપિયાના ભાવે ખરીદ્યા.

કમનસીબે, તમારા ખરીદ્યા પછી શૅર ઘટવા લાગે. તો હવે આવી પરિસ્થિતિમાં આપણા સ્ટૉપ લૉસનું શું થશે ?

આપણે આપણા સ્ટૉપ લૉસને પણ પાંચ ભાગમાં વિભાજિત કરવો પડશે.

તેનો અર્થ એ છે કે જ્યારે પણ શૅર ૨૦૦ ડી.એમ.એ. (-) ૫ ટકા પર બંધ થાય, તમે તમારા હોલ્ડિંગનો ૧/૫ ભાગ વેચી દો. ત્યાર પછી ૨૦૦ ડી.એમ.એ.થી (-) ૧૦ ટકા ઘટતા આગામી ૧/૫ હિસ્સો વેચી દો.

૨૦૦ ડી.એમ.એ.થી પ્રત્યેક ૫ ટકાનો ઘટાડો એટલે કે -૫ ટકા, -૧૦ ટકા, -૧૫ ટકા, -૨૦ ટકા અને -૨૫ ટકાના સ્તર પર આપણે આપણા હોલ્ડિંગનો ૧/૫, ૧/૫, ૧/૫, ૧/૫ અને ૧/૫ ભાગ વેચી દઈશું.

આ રીતે વર્ષ ૨૦૧૦માં બજારના આ ઘટાડા દરમિયાન તમે ૭ મે, ૨૦૧૦, ૨૧ મે, ૨૦૧૦ અને ૨૫ મે, ૨૦૧૦ના રોજ પોતાનું ૬૦ ટકા હોલ્ડિંગ (૧/૫ના ત્રણ ભાગ)ની વેચવાલી કરી લૉસ બુક (લગભગ ૪,૦૦૦ રૂપિયા) કરી ચૂક્યા હશો.

હવે તમારી પાસે તમારા ૪૦ ટકા શૅર (૫૬૬ શૅર) અને રોકડ (૨૬,૦૫૭.૪૦ રૂપિયા) બાકી બચ્યા હશે.

૫ ઑગસ્ટે શૅર ફરી ૨૦૦ ડી.એમ.એ.થી ૫ ટકા ઊંચા સ્તરે બંધ થાય છે. તેથી આપણે અહીં ૪૬,૦૫૭.૪૦ રૂપિયાનું રોકાણ કરતાં ૬૯૪ શૅર ખરીદી લીધા છે.

હવે આપણી પાસે કુલ ૫૬૬ + ૬૯૪ = ૧,૨૫૦ શૅર છે. આ ઘટાડાથી આપણને ૧૩૭ શૅરનું નુકસાન થયું.

ત્યાર પછી તમે જૂઓ છો કે શૅર ૨૦૦ ડી.એમ.એ.થી ૪૦ ટકા વધી જાય છે અને તમે ૨૦૦ ડી.એમ.એ.થી પ્રત્યેક ૫ ટકા વૃદ્ધિ પર આ ૧,૨૫૦ શૅરોમાંથી ૧/૫ હિસ્સો વેચી દો છો.

તેનો અર્થ એ છે કે આપણે પ્રત્યેક ૫ ટકાની વૃદ્ધિ પર આંશિક લાભ બુક કરતા ૨૦૦ ડી.એમ.એ.થી ૧૫ ટકા, ૨૦ ટકા, ૨૫ ટકા, ૩૦ ટકા અને ૩૫ ટકાની વૃદ્ધિ પર ૨૫૦-૨૫૦-૨૫૦-૨૫૦ અને ૨૫૦ શૅર વેચવાના હશે.

તેનાથી આપણે માત્ર ૪,૦૦૦ રૂપિયાના નુકસાનની ભરપાઈ જ નહીં કરી લઈએ, પરંતુ તેનાથી આપણને લગભગ ૧૩,૦૦૦ રૂપિયાનો સારો નફો પણ થશે.

હવે તમે આ ઉદાહરણને પોતાની અરવિંદની સંપૂર્ણ શીટ પર લાગુ કરીને જુઓ. તમને આશ્ચર્ય થશે કે તમને અનેક વખત સારો નફો થયો હશે.

❑

તમારું હોમવર્ક

સ્કૂલમાં ભણતી વખતે શિક્ષક તમને હોમવર્ક આપતા હતા. કોઈ પણ કુશળતાને શીખવા માટે અભ્યાસ કરવો ખૂબ જ જરૂરી છે.

આ પુસ્તકમાં મેં તમને જે કુશળતા શીખવાડી છે, તેનાથી તમે કોઈ પણ શૅરમાં રોકાણ અને ટ્રેડિંગના ઉદ્દેશથી પ્રવેશ અને બહાર નીકળવાના પૉઈન્ટને ઓળખી શકો છો. પરંતુ આ કુશળતાને સંપૂર્ણપણે શીખવા માટે તમારે વધુ ને વધુ અભ્યાસ કરવાની જરૂર છે.

તેના માટે આ રહ્યું તમારું હોમવર્ક.

પોતાની પસંદના કોઈ પણ પાંચ શૅરના છેલ્લા ત્રણ વર્ષનો ભાવ ડેટા ડાઉનલોડ કરી લો.

હવે આ પાંચ શૅરો પર પ્રકરણ ૨૬નો સિદ્ધાંત લાગુ કરો.

એટલે કે શૅરના (-) ટકાથી + ૫ ટકા વધતા એક જ સમયે કાલ્પનિક રકમ ૫૦,૦૦૦ રૂપિયાનું કાલ્પનિક રોકાણ કરો.

ત્યાર પછી ૧૫ ટકા વૃદ્ધિ પછી વેચવાનું શરૂ કરી દો. શૅરના ૨૦૦ ડી.એમ.એ.થી + ૧૫ ટકા વધવા પર ૨૦ ટકા શૅર વેચી દો. જ્યારે શૅર ૨૦૦ ડી.એમ.એથી +૨૦ ટકા વધે તો આગામી ૨૦ ટકા શૅર વેચી દો.

તેનો અર્થ એ છે કે ૨૦૦ ડી.એમ.એ.થી ૧૫ ટકા, ૨૦ ટકા, ૨૫ ટકા, ૩૦ ટકા અને ૩૫ ટકા વધવા પર આંશિક પ્રોફિટ બુક કરી લો અને સ્ટૉપ લૉસ માટે ૨૦૦ ડી.એમ.એ.થી પ્રત્યેક -૫ ટકા, -૧૦ ટકા, -૧૫ ટકા, -૨૦ ટકા અને -૨૫ ટકા ઘટાડા પર પોતાના ૧/૫ ભાગ અથવા પોતાના હોલ્ડિંગના ૨૦ ટકા શૅર વેચી દો.

આવું કરવાથી તમને શું ફાયદો થશે ?

તમારા પરિણામ મને ઈ-મેલ ન કરો, કારણ કે મારા ૧૫,૦૦૦થી પણ વધુ ફોલોઅર્સ છે. તેથી હું તમારી શીટ જોઈ શકીશ નહીં અને બધા ઈ-મેલના જવાબ પણ આપી શકીશ નહીં.

તેથી અમેઝોનની વેબસાઈટ પર પોતાના પરિણામો ટૂંકાણમાં શૅર કરો.

તમે આ પુસ્તકમાંથી શું શીખ્યા ?

તમને તમારા હોમવર્કમાં શું મળ્યું ?

શું તમે આ રીતનો તમારા રોકાણ અને ટ્રેડિંગમાં ઉપયોગ કરશો ?

હું અમેઝોન પર તમારી સમીક્ષાઓની રાહ જોઈશ.

જો તમને આ વાર્તા પસંદ આવી હોય તો મહેરબાની કરી અમેઝોનની વેબસાઈટ પર મારા પુસ્તકની સમીક્ષા લખવાનું ન ભૂલશો, કારણ કે તમારી સમીક્ષાઓથી જ મને કામ કરવાની ઊર્જા મળે છે.

આપને શુભકામનાઓ. હું તમારી સમીક્ષાની રાહ જોઈ રહ્યો છું.

❑ ❑ ❑

અનુવાદક કાશ્યપી મહાનો પરિચય

દાદા દત્તાત્રેય મહા મહારાષ્ટ્રનું ખામગાંવ છોડી, પૂ.મહાત્મા ગાંધીના આગ્રહથી સાબરમતી આશ્રમમાં એક શિલ્પશિક્ષક તરીકે અંતેવાસી બન્યા. એ પછી એમના હાથે 'કુમાર' સામયિકમાં પ્રગટ થતું 'માધુકરી', ગાંધીજીના પ્રિય 'ત્રણ વાંદરા' જેવા પ્રખ્યાત શિલ્પો રચાયા. એમનો વારસો ધરાવતા કાશ્યપી મહા વાણિજ્ય વિદ્યા શખાના સ્નાતક તેમજ પત્રકારત્વ અને સમૂહપ્રત્યાયન વિષયમાં એમ.એ.-એમ.ફિલ.ની પદવીઓ મેળવી છે. પત્રકારત્વના વીઝીટિંગ ફેકલ્ટી ઉપરાંત તેઓ ગુજરાતી અખબારો અને સ્વૈચ્છિક સંસ્થાઓ સાથે સંકળાયેલા રહ્યાં છે. મણિભવન ગાંધી સંગ્રહાલય માટે ગુજરાતભરના સ્વાતંત્ર્યસેનાનીઓની ઐતિહાસિક ઓડિયો મુલાકાતોનું સ્ક્રીપ્ટ લેખન કાર્ય પણ સુપેરે નિભાવ્યું છે.

એમના દ્વારા વિવિધ ભાષાઓમાંથી અનુવાદિત થયેલાં ૬૫ ઉપરાંત પુસ્તકોમાં, (મરાઠીમાંથી) પ્રથમ જ્યોર્તિલિંગ સોમનાથ મહાદેવના પુનરોદ્ધાર પૂજાવિધિનું અલભ્ય પુસ્તક 'શ્રી સોમનાથ તીર્થ', રાષ્ટ્રીય સ્વયંસેવક સંઘના તૃતીય સરસંઘચાલક 'શ્રી બાળા સાહેબ દેવરસ'નું જીવનચરિત્ર, 'ભારતમાં ખ્રિસ્તીઓ: એક દસ્તાવેજી વિશ્લેષણ' કરતું સંશોધનઅહેવાલરૂપ પુસ્તક, પૉલ બ્રન્ટન લિખિત 'હિમાલય અને એક તપસ્વી' ***(જેને વર્ષ ૨૦૧૬-૧૭ના લેખિકાના સર્વશ્રેષ્ઠ પુસ્તક તરીકે અનુવાદ શ્રેણીમાં પારિતોષિક મળ્યું છે)***, ટી.લૉબસંગ રામ્પા લિખિત 'તૃતિય નેત્ર' તથા (હિન્દીમાંથી) પ્રકાશ બિયાણી લિખિત 'શૂન્યથી શિખર' અને 'બિઝનેસ ગેમ ચેંજર્સ', 'ટાઈમ મેનેજમેન્ટ અને સફળતા', જનસંઘની થિન્કટેન્ક ગણાતા પં. દિનદયાળ ઉપાધ્યાય લિખિત 'શ્રીમદ્ શંકરાચાર્ય', નોબેલ પારિતોષિક વિજેતા ફ્રેન્ચ લેખક રોમારોલાં લિખિત વિવેકાનંદ, દત્તોપંત ઠેંગડી દ્વારા લિખિત પુસ્તક આધારે 'અખબારજગત અને આપણે' અને (અંગ્રેજીમાંથી) સીસીસીની પરીક્ષા માટે બાબાસાહેબ આંબેડકર ઓપન યુનિ., માટેનું તાલીમી સાહિત્ય, શૈડ હેલ્મસેલ્ટર લિખિત 'શું કહેશો જ્યારે તમે પોતાની સાથે વાત કરશો', નીતા મહેતા લિખિત વિવિધ રેસિપી બુક્સ સહિતના પુસ્તકો સામેલ છે. એમણે બાળભોગ્ય શૈલીમાં 'મહારાજા ભગવતસિંહજી', 'સમર્થ રામદાસ', 'ગુરુદયાલ મલિક' પ્રેરક જીવનચરિત્રો પણ આપ્યાં છે. એમના દ્વારા પુર્નકથિત બાળવાર્તાઓનાનું પુસ્તક 'રેલ પેલ સિનકી' અને ગોવાના રાજ્યપાલ મહામહિમ મૃદુલા સિન્હા લિખિત 'પરિતપ્ત લંકેશ્વરી'નો અનુવાદ ***(જેને સૌરાષ્ટ્ર યુનિ.ના એમ.એ.ના અભ્યાસક્રમના ચોથા સેમેસ્ટરમાં રેફરન્સ બુક તરીકે સામેલ કરવામાં આવી છે)*** પણ પ્રકાશિત થયો છે. મરાઠીમાંથી 'ઉત્તરવાહિની નર્મદા પરિક્રમા', હિન્દીમાંથી ભારત સરકારના પ્રકાશન વિભાગ દ્વારા પ્રકાશિત 'હોગી હમારી જીત', 'ભારત કે ગૌરવ-૧', 'ભારત કી લોકકથાએં', 'ભારત કે નારી રત્ન', બાબાસાહેબ આપ્ટે લિખિત 'મૃત્યુંજય ભારત', પંડિત દીનદયાલ ઉપાધ્યાય લિખિત 'પોલિટિકલ ડાયરી' તથા અંગ્રેજીમાંથી 'ભારત કે ગૌરવ-૩' શીઘ્ર પ્રકાશ્ય છે.

સંપર્ક : ૬, તપસ્વી જલારામ સોસાયટી, રામતીર્થ સોસાયટી પાસે, જ્ઞાનદા બસ સ્ટેન્ડ, જીવરાજ પાર્ક માર્ગ, વેજલપુર, અમદાવાદ-૩૮૦૦૫૧.

kashyapimaha@gmail.com

www.ingramcontent.com/pod-product-compliance
Lightning Source LLC
LaVergne TN
LVHW010053061026
849532LV00004BC/1289
* 9 7 8 9 3 8 6 6 6 9 3 9 1 *